சுகிர்தராணி கவிதைகள்
(1996–2016)

சுகிர்தராணி கவிதைகள்
(1996–2016)

சுகிர்தராணி (பி. 1973)

இராணிப்பேட்டை மாவட்டம் இலாலாப்பேட்டை அரசினர் மேல்நிலைப் பள்ளியில் தமிழாசிரியராகப் பணிபுரிகிறார்.

மின்னஞ்சல்: sukiertharani@yahoo.co.in

ஆசிரியரின் பிற நூல்கள்

- கைப்பற்றி என் கனவுகேள் (2002)
- இரவு மிருகம் (2004)
- அவளை மொழிபெயர்த்தல் (2006)
- தீண்டப்படாத முத்தம் (2010)
- காமத்திப்பூ (2012)
- இப்படிக்கு ஏவாள் (2016)
- நீர் வளர் ஆம்பல் (2022)

சுகிர்தராணி கவிதைகள்
(1996–2016)

காலச்சுவடு பதிப்பகம்

அன்பார்ந்த வாசகருக்கு,

வணக்கம்.

காலச்சுவடு நூலை வாங்கியமைக்கு நன்றி.

நூலின் உள்ளடக்கம், உருவாக்கம், அட்டைப்படம் இன்ன பிற அம்சங்கள் பற்றிய உங்கள் கருத்துகளையும் ஆலோசனைகளையும் காலச்சுவடு வரவேற்கிறது. தகவல், எழுத்து, வாக்கியப் பிழைகள் தென்பட்டால் அவசியம் தெரிவித்து உதவுங்கள். நூல் தயாரிப்பில் கடும் குறைபாடு இருப்பின் மாற்றுப் பிரதி உங்களுக்குக் கிடைக்கக் காலச்சுவடு ஏற்பாடு செய்யும்.

மின்னஞ்சல்: publisher@kalachuvadu.com

காலச்சுவடு நாகர்கோவில் அலுவலகத்திற்குக் கடிதம் அனுப்பலாம்.

தங்கள்
எஸ்.ஆர். சுந்தரம் (கண்ணன்)
பதிப்பாளர் – நிர்வாக இயக்குநர்

சுகிர்தராணி கவிதைகள் (1996–2016) ♦ கவிதைகள் ♦ © சுகிர்தராணி ♦ முதல் பதிப்பு: ஜனவரி 2022, ஐந்தாம் பதிப்பு: டிசம்பர் 2024 ♦ வெளியீடு: காலச்சுவடு பப்ளிகேஷன்ஸ் (பி) லிட்., 669, கே.பி. சாலை, நாகர்கோவில் 629001

sukirtaraaNi kavitaikaL (1996-2016) ♦ Poems ♦ © Sukirtharani ♦ Language: Tamil ♦ First Edition: January 2022, Fifth Edition: December 2024 ♦ Size: Demy 1 x 8 ♦ Paper: 18.6 kg maplitho ♦ Pages: 320

Published by Kalachuvadu Publications Pvt. Ltd., 669, K.P. Road, Nagercoil 629001, India ♦ Phone: 91-4652-278525 ♦ e-mail:publications @kalachuvadu.com ♦ Printed at Clicto Print, Jaleel Towers, 42 KB Dasan Road, Teynampet Chennai 600018

ISBN: 978-93-5523-124-6

12/2024/S.No. 1058, kcp 5440, 18.6 (5) rss

அம்பேத்கர்
பெரியார்
மற்றும்
மார்க்ஸ்க்கு

நன்றி

ஜெயராணி, ஜீவசுந்தரி, க்ருஷாங்கினி, சுந்தர புத்தன், சூரியன் சந்திரன், சுகுமாரன், ரவி சுப்பிரமணியன், கவிதா முரளிதரன், கவிப்பித்தன், அரங்க மல்லிகா, கோவை நித்திலன், யாழன் ஆதி, ஆதவன் தீட்சண்யா, தளவாய் சுந்தரம், காவனூர் நா. சீனிவாசன்

ஆனந்தவிகடன், அவள் விகடன், தடம், குமுதம், தீராநதி, குங்குமம், தோழி, தமிழ் இந்து, தை, உயிரெழுத்து, அம்ருதா, பூங்குயில் பதிப்பகம், காலச்சுவடு.

விளக்கு விருது அமைப்பு.

அனிதா N ஜெயராம் – செம்மையாக்கம் & மெய்ப்பு நோக்கல்.
ஓவியர் ரவி பேலெட் – முன் அட்டை
V. ஸ்ரீதர் – நிழற்படம்

பொருளடக்கம்

முன்னுரை: சுகிப்பும் எதிர்ப்பும்	19
நேசித்தல்	25
வடிவம்	26
அனுமதி	27
நினைவு	28
காற்றின் மொழி	29
வெறுமை	30
தப்பர்த்தம்	31
குறிப்பு வரைதல்	32
எச்சங்கள்	33
மீட்டெடுத்தல்	34
முகம்	35
பூக்கள் இலவசம்	36
பிரிவின் வெளி	37
நேசிப்பின் ஆழம்	38
எதுவரை	39
சொல்லிவிட்டுப் போ	40
எதிர்பார்ப்பு	41
காதலென்பது	42
நல்ல கவிதை	43
மௌன மொழி	44
என் பொழுதுகள்	45

கனவும் கனவு சார்ந்த இடமும்	46
வேறொரு வனம்	47
இடம் பெயர்தல்	48
இருப்பிடம்	49
சாத்தியங்கள்	50
சுமைதாங்கி	51
புழக்கடை	52
ஆரம்பத்தை நாடும் முடிவு	53
பயணம்	54
பிம்பங்கள்	55
போதுமானவை	56
ஈரம்	57
நம்பிக்கை	58
அழைப்பு	59
வாக்குமூலம்	60
ஒப்பந்தம்	61
தூரத்தில் தெரியும் வெளிச்சம்	62
எங்கள் கதை	63
காயத்தால் ஆனது கவிதை	64
என்னை எழுதுகிறேன்	65
பெண் கதை	66
விட்டுச் செல்லும் சுவடு	67
புனைவுகள்	68
என்னுடல்	69
தழும்புகள்	70
காலம்	71
பனிக்குடமும் சில பாம்புகளும்	72
விருட்சங்கள்	73
இரவுமிருகம்	74
காற்றுச் சூலி	75

ஏவாளின் கனியும் ஆதாமின் அறுவடையும்	76
ஒற்றைக்கரை கடலும் முழுநிலவும்	77
கடைசி விருந்து	78
சுடுகாடு	79
மாண்பமை விலங்கு	80
ஒருவழிப்பாதை	81
பாவனை	82
சொல்	83
கோடை	84
கலவி வாசனை	85
மெல்லிய புலால் நாற்றம்	86
பளிச்சென்று சொல்லி விடுகிறேன்	87
பால்ய மொழி	88
பள்ளிக்கூட பொம்மைகள்	89
பறக்கடவுள்	90
மழையின் பாடல்	91
ஓவியக் காட்சியறை	92
மரணம்	93
புயல் சின்னம்	94
ஒப்பந்தம்	95
முத்தமிடல்	96
தொடக்க ஆட்டம்	97
கானல் உதடுகள்	98
சிறகு வளர்ந்த பட்சி	99
இன்னொரு உலகம்	100
முதுகின் மேலொரு வீடு	101
எழுத்தாசை	102
பழஞ்சொற்களின் மரணம்	103
ஓட்டம்	104
வனத்தின் வழியனுப்புதல்	106

மரணித்தவனின் மிச்சம்	107
தீ எரியும் சத்தம்	108
தாள்களின் நிர்வாணம்	109
ஆதித்தாயின் கைரேகை	110
இரட்டைக்கால் சிலுவை	111
சாத்தியக் கூடல்	112
இரகசியங்கள்	113
காதலற்ற கோடைக்காலம்	114
யோனிகளின் வீரியம்	115
புத்தகப் பறவைகள்	116
தண்டவாளமும் இரு காதலர்களும்	117
வலியறிதல்	118
குதிகால் உயர்ந்த செருப்புகள்	119
அம்மா	120
தெருஓவியனும் புத்தனும்	121
கடலளவு	122
ஆத்ம தோழி	123
உப்பின் சுவையூறிய காதல்	124
ஊழிப் புன்னகை	125
பெரும்பாம்பு	126
புகையும் சாம்பல்	127
என் கிராமத்தின் ஓவியம்	128
மனிதம்	129
செந்நிறம்	130
ஆயுதம்	131
இரவுகளைப் புணர்தல்	132
மீட்சி	133
தீரா உயிர்	134
செந்நாரை முட்டைகள்	135
உருமாற்றம்	136

கூடடைதல்	137
ஆடுகளை விற்றவன்	138
கரை ஒதுங்கும் சிறுதாவரம்	139
அவளை மொழிபெயர்த்தல்	140
கைம்மாறு	141
ஏழுகடலும் ஒரு மலட்டுக்குறியும்	142
தாய்மை	143
சாத்தானின் நிறம்	144
முதல் உயிர்	145
கரித்துண்டுகள்	146
பாலாறு	147
பட்டையுரிந்த காதல்	148
இரவுகள் விடிவதில்லை	149
உயிரூட்டுதல்	150
ஒற்றை நாயகி	151
என் கடவுள்	152
போரின் குறுவாள்	153
அப்பாவின் கல்லறை	154
ஆகச்சிறந்த புணர்வு	155
உடலின் விருட்சம்	156
பதினான்கு அம்புகள்	157
ஒற்றை சாட்சி	158
இரவு	159
வறுமையின் நிறம்	160
தனிமை	161
நானற்ற கூண்டு	162
கட்டிலின்கீழ் சில ஆப்பிள்கள்	163
இரண்டாம் உயிர்த்தெழுதல்	164
தாழிடப்படாத நாட்குறிப்பு	165
வேட்டைக்காரி	166

சுரங்கத்தின் பொறி	167
இன்றைய பகல்பொழுது	168
விடுதலையின் பதாகை	169
கிணற்றில் புதையும் கிணறு	170
யாதும் ஊரே யாவரும் கேளிர்	171
களைத்து வீழ்ந்த கடல்	172
அரும்பு சிந்தும் பாலை	173
எப்படி மறப்பேன் அம்மா	174
இசையும் பாம்புச்சட்டையும்	175
எங்கள் வளநாடு	176
புராதனக் கோயில்	177
களப்பலி	178
கற்சிற்பம்	179
இயற்கையின் பேரூற்று	180
சிறுநீரின் நிறம் கருப்பு	181
தீண்டப்படாத முத்தம்	182
போராளி	183
கொற்றவை	184
உடலறு நிலை	185
பறவைகளின் பாடுங்காலம்	186
ஓராயிரம் கோடைகள்	187
இன்னுமொரு விதை	188
மோசமான புத்தகம்	189
கத்தரிக்கப்பட்ட மயிர்	190
முதல் முத்தம்	191
விசும்பல்	192
காட்டுவேர்	193
முன்னிகழ்ந்தவை	194
புத்தரும் இறைச்சிக் கடையும்	195
சாம்பல் பூக்காத முத்தங்கள்	196

நான்	197
எதுவும் மிச்சமில்லை	198
கடைசி முத்தம்	199
காயடிக்கப்பட்ட விதைகள்	200
பிசின் வடியும் பாம்புகள்	201
அருந்தப்படாத நீரூற்று	202
தோல் பிதுக்கப்படாத குறி	203
நனவிலி	204
விலக்கப்பட்ட முத்தம்	205
பருத்திருக்கும் பருவங்கள்	206
சுயம்புலிங்கமே போற்றி	207
சிறப்பு மண்டலம்	208
உறையிலிடாத முத்தம்	209
மூங்கில் முறியும் இரவு	210
இனியவை நாற்பது	211
விநோத விலங்கு	212
இல்லாதிருக்கக் கடவது	213
மற்றொருநாள் வரும் மரணம்	214
உலகின் ஒற்றைப் பெண்	215
அடைதல்	216
தீராக் காதல்	217
வீழ்தல்	218
விறைத்துக் கிடக்கும் உடல்	219
வாழ்தல் நிமித்தம்	220
முத்தத்தின் வேர்கள்	221
உதிரக் கடவது	222
மழைக்காலம்	223
நீராலானவள்	224
ஆழம்	225
நாள்காட்டி தேவைப்படாத எனதறை	226

ஒப்புக் கொடுக்கிறேன்	228
இடப்புறத் திருப்பம்	229
ஓராயிரம் குறுவாள்கள்	230
வெந்து தணியாத பசலை	231
விட்டுச் சென்றிருந்த இரவு	232
மதுவின் வாசனை	233
எதுவுமற்ற சொல்	234
சூடப்படாத காமத்திப்பூ	235
முத்தங்கள் ஒரே மாதிரியானவை	236
என்னைக் கொல்லுதல்	237
இலையுதிர்க் காலம்	238
இரவுக்குறி	239
ஔவையின் காமம்	240
இரத்த வாசனை	241
மிகமிகச் சாதாரணமானவை	242
ஒற்றை வியர்வைத் துளி	243
காதல்	244
வெறுமையின் கூடு	245
இரண்டாம் முள்முடி	246
ஐந்திணைப் பெண்	247
கொலைக் கவிதை	248
சிறுத்துக் கிடக்கும் நதி	249
ஓர் இரட்சகன் சூலுறட்டும்	250
துரோகத்தின் வேர்கள்	251
எனது பெயர் பார்வதி	252
பலிபீடம்	253
நீ ஒரு கொலை நிகழ்த்தினாய்	254
அந்த ஓர் இரவு	256
பெருகும் இரத்தம்	257
முத்தத்தின் நிறம் ஏவாள்	258
பனிக்குடம்	259

என்னுடைய பாடல்கள்	260
பிணங்கள் ஒருபோதும் உரமாவதில்லை	261
புதிர்	262
உயிர்த்தெழுந்தவனின் ஆடை	263
பேருருவானவள்	264
ஆதிநிலம்	265
காடென்பது காடல்ல	266
கூடையும் பறவை	267
பல் பிடுங்கப்பட்ட வாழ்க்கை	268
உயிர் மெய் ஆன்மா	269
பற்படா யாக்கை	270
உயிரூட்டுதலின் கடவுள்	271
பச்சோந்தி	272
நூற்றாண்டுகளின் ஒற்றைக் கேள்வி	273
ஆதியின் ஆத்ம விதை	274
கோடையின் பனித்துளி	275
தேவதைகள் சாட்சியாவதில்லை	276
கடலாகி நிரம்புதல்	277
ஆட்டுக்குட்டியின் மயிர்	278
நான் இசைப்பிரியா	279
பாழாய்ப்போன முத்தம்	280
தானாக உதிரும் தொப்புள்கொடி	281
ஆகச் சிறந்த காதல்	282
ஒளிகொடாச் சூரியன்	283
கொலையும் செய்வாள் பறச்சி	284
பச்சை இரத்தம்	285
இரவில் நீந்தும் மீன்	286
கைவிடப்பட்ட கல்லறை	287
பலியிடப்பட்ட காதல்	288
ஆன்மாவும் சரீரமும் வெவ்வேறானவை	289
அப்பாக்களைக் கொன்று விடலாம்	290

பரிதி நிறம் மாறப் போவதில்லை	291
குவளை நிறைய முத்தம்	292
முதுகின் மேலொரு சேரி	293
அகாலத்தில் ஆரம்பிக்கும் தேடல்	294
இப்படிக்கு ஏவாள்	295
உபரிச் சொற்கள்	296
புணர்தல் நிமித்தம்	297
கொலை பார்க்கும் நிலம்	298
கண்களால் சமாதானம் செய்	299
அறிவுகெட்ட ஆதாம்	300
காலராட்டினத்தில் வந்திறங்கியவள்	301
உடல் மீதூறும் பூச்சி	302
ஐம்பொறி அற்றவன்	303
ரொட்டித்துண்டும் பிசையப்பட்ட கனியும்	304
முத்தத்தால் சாய்த்தல்	305
நான் அப்பாவின் மகள்	306
என் கவிதை	307
கனி கொடாத மரம்	308
கழிபெரும் காமம்	309
இரக்கமற்ற பெருங்கருணையின் சட்டம்	310
இப்படியே இருக்கட்டும் இந்த இரவு	311
ஒருசோடி செருப்பு	312
ஓராயிரம் துளைகள்	313
அவனை அருந்துதல்	314
அம்மாவின் வானம்	315
வீடு திரும்புதல்	316
நீ நான் கவிதை	317
ஆறு என்பது என் பெயர்	318
அன்புக்குப் பிந்தைய அன்பு	319
பெண்பார் கூற்று	320

முன்னுரை

சுகிப்பும் எதிர்ப்பும்

சில ஆண்டுகளுக்கு முன்பு ரூபி கார் *(Rupi Kaur)* எனும் பஞ்சாபி-கனடியக் கவிஞரின் கவிதா நிகழ்வுக்குச் சென்றிருந்தேன். நான் வாழ்கிற தொறன்றோ நகரிலிருந்து அவர் நிகழ்வு நடந்த இடம் அவ்வளவு தொலைவு அல்ல. ரூபி கார் இளையவர். 'இன்ஸ்டா கவிகள்' *(Insta Poets)* என்று வழங்கப்படும் பல கவிகளைப்போல இன்ஸ்டாகிராம் மூலம் உலகின் கவனம் பெற்றவர். அவருடைய கவிதை நூல்கள் ஐந்து மில்லியன் பிரதிகளுக்கும் அதிகமாக விற்றிருக்கின்றன. அவருடைய கவிதைகள் ஆழமற்றவை. வலியையும் குருதியையும் இளந்தலைமுறையின் 'நெஞ்சத்தைக் கிள்ளாதே' என்று சொல்லிக் கிள்ளுபவை. இன்ஸ்டாகிராமில் மாதவிடாய்க் குருதிப் படிவோடு அவர் வெளியிட்ட அவருடைய படம் இருமுறை நீக்கப்பட்டாலும் பின்னர் வெளியிடப்பட்டது. அப்போது அவர் பல்கலைக்கழக மாணவர். பெண்மையின் நுண்வலிகளைப் பொதுவெளியில் பேச வைப்பது அவருடைய எண்ணமாக இருந்தது. (அவருடைய கவிதைகள் சில நர்மதா குப்புசாமியின் மொழிபெயர்ப்பில் காவிரி இணையச் சிற்றிதழில் வெளியாகியுள்ளன.)

நிகழ்வில் அவருடைய கவிதைகள் ஏமாற்றம் தந்தன என்பதை நான் சொல்லத் தேவையில்லை. எனினும், அவர் கவிதைகளை நிகழ்த்துகிற/ வாசிக்கிற முறை, இதுவரை கவிதைப் பக்கமே எட்டிப் பார்த்திராத புதிய இளைய தலைமுறையை அவர் ஈர்க்கிற பாங்கு, நவீன காட்சித்

தொழில் நுட்பங்களுடனும் நிறங்கள், செழித்த ஆடைகள், மேடைகளுடனும் அவரது வெற்று வார்த்தைத் திரட்டுகள் பெறும் கவர்ச்சி, மிகுந்த அவதானத்துக்குரியது என எனக்குத் தோன்றியது. செவிநுகர் கனிகளாக இருந்த கவிதைகள் பிற்பாடு காட்சிக்கும் கட்புலக் கலையாக்க நெறிக்கும் என மாறி, இப்போது இவையிரண்டோடு ஓவியங்கள், கணினிக் கலை போன்ற பல்வேறு தொழில் நுட்பங்களும் கலந்து ஆக்கப்படும் புதிய உயிரியாக மாறி வருகிறது. இந்த மாற்றத்தினது அழகியல், அரசியல், இலக்கிய வீச்சு எப்படிப் பரிணாமம் அடையும் எனப் பொறுத்திருந்துதான் பார்க்க வேண்டும்.

கவிதையை நிகழ்த்துவதில் உணர்வுற மொழிவதில் சுகிர்தராணியும் வல்லவர் எனினும் சுகிர்தராணியின் கவிதைகளுக்கும் ரூபி காரின் கவிதைகளுக்கும் இடையே ஒரு பெரும்பாலை இருக்கிறது. ஏன் ரூபி காரின் கவிதைகளை இங்கு சொல்ல நேர்ந்தது என்பதை நான் விளக்க வேண்டும்.

நிகழ்வில் ரூபி கார் வாசித்த கவிதையொன்றின் தலைப்பு: The Orgasm (புணர்வின் பெரு உச்சம்) என்னும் கவிதை. கவிதை இதோ:

"It was as though
Someone had slid ice cubes
Down the back of my Shirt"

"யாரோ என் சட்டைப் பின்புறத்துள்
பனிக்கட்டிகளை நழுவ விட்ட
மாதிரி இருந்தது அது."

காம உச்சத்தை உறைபனிக் கட்டிகளுடன் சேர்த்துப் பார்க்கிற சிக்கலும் தவிப்பும் எதிர்ப்பும் அனுபவங்களாகச் சாத்தியம் எனப் புரிந்துகொள்ள முடியும்.

அந்தக் கவிதையைக் கேட்டபோதுதான் காமத்தையும் சுகிப்பையும் அவற்றின் செழிப்பையும் நேரடியாகவும் ஆனால் வெறும் சொற்களால் மட்டுமே திறந்துவிட முடியாத மந்திர வாயில்களுடாகவும் சுகிர்தராணி தன் கவிதைகளுடாக எம்மை அழைத்துச் சென்ற கவிதைகள் பல நினைவில் எழுந்தன. என்னுடன் கூட வந்தவர் கனடாவின் ஆங்கிலப் பத்திரிகையாளர். இலக்கிய விமர்சனமும் அவ்வப்போது கவிதைகளும் எழுதுபவர். கனடிய இலக்கிய உலகில் மதிப்பார்ந்த இடத்தில் இருப்பவர்.

"என்ன இது? இதெல்லாம் கவிதையா? ஆச்சரியமாக இருக்கிறதே!" என மிகுந்த விசனப்பட்டார். அப்போதுதான்

சுகிர்தராணியின் காமத்/தீ/பூ/-க்கள் பற்றி அவருக்கு அறிமுகப்படுத்த நேர்ந்தது.

குருதி படர்ந்த வாய், எரிமலையின் பிளந்த வாய், இயற்கையே உடலாகும் அதிசயம், விருட்சமாகும் முலைகள், மயிர்க் கால்கள் சிலிர்க்கும் தோல் என ஏராளமான படிமங்களும் காட்சிச் சிதறல்களும் கொட்டிக் கிடக்கும் சுகிர்தராணி கவிதைகள் பற்றி அன்று ஒரு நீண்ட உரையாடல் தொடர்ந்தது. சுகிப்பின் வண்ணங்களும் வடிவங்களும் தன்னிலை இழக்காமல் துய்க்கும் துணிவும் எவ்வளவு முக்கியமானது என, சுகிர்தராணி கவிதைப்படுத்தியிருக்கிறார் என்று நான் நண்பருக்குக் கூறினேன்.

இந்த முன்னுரையை எழுதத் தொடங்குகிறபோது அந்த நாள் நினைவு மேலெழுந்தது. ரூபியையும் சுகிர்தராணியையும் ஒப்பிடுவது அல்ல என் எண்ணம்.

சுகிர்தராணியின் கவிதைகளை மீளவும் வாசிக்கிறபோது அவற்றில் வெளிப்படுகிற கவிக் குரலும், நுண்ணுணர்வும், சீற்றமும், பிழைகாணில் பொறாத உள்ளக் கிளர்ச்சியும், ஈழக் கவிதைகளையும் – குறிப்பாக ஈழப் பெண்கவிகள் பலரையும் – எனக்கு நினைவூட்டின. அவருடைய கவிதைகள் எதிர்ப்புக் கவிதைகள். சிலவேளைகளில் கட்டுப்படுத்தப்பட்ட கோபமும் சிலவேளைகளில் உக்கிரம் தெறிக்கும் கோபமுமென மாறி மாறி வீசுபவை.

"குருதியையும் அழிப்பையும் கண்ணீரையும் வெஞ்சினத்தை யும் மட்டுமே திருப்பித் திருப்பி எழுதுகிறார்களே, நமக்கு அது சலித்துப்போய்விட்டது" என்று முணுமுணுக்கிற விமர்சனக் குரல்களை நாம் கேட்கிறோம். தமிழ்நாட்டிலும் தலித் மக்களின் குரலும் அனுபவமும் அவைதாம் என்பதையும் அவற்றின் விளைவான, "அஞர்" – தலைமுறைகளாகத் தொடர்ந்தும் தரும் தீராத அகவலியைக் கருத்தில் கொள்வதில்லை. 'கொலையும் செய்வாள் பறைச்சி' என்பது வெறும் வார்த்தைகள் அல்ல. தமிழில் அரசியல் கவிதைகள் என்று பேசுகிறபோது நாம் சுகிர்தராணியின் கவிதைகளை விட்டுவிட்டுப் பேசமுடியாது. கட்சி அரசியல் சார்ந்து எழுதப்பட்ட கவிதைகள் சில 'தமிழின் முதலாவது அரசியல் கவிதை' எனக் கொண்டாடப்பட்ட நிலை தமிழக இலக்கியச் சூழலில் சில தரப்பினரிடையே நிலவியது. ஆழமும் அறமும் சார்ந்து எழுதப்பட்ட சுகிர்தராணியின் கவிதைகளை நாம் அவற்றுடன் ஒப்பிட முடியாது. ஈழ இனப்படுகொலையின் பாதிப்பில் அவர் எழுதிய, 'யாதும் ஊரே யாவரும் கேளிர்' 'இன்னுமொரு விதை', 'காட்டு வேர்', 'இசைப்பிரியா' போன்ற

கவிதைகள், படைப்பாக்கமும் அரசியலும் பிழையற இணைந்த உணர்வுத் தோழமையுடன் எழுதப்பட்ட சிறப்பான கவிதைகள் எனக் கருதுகிறேன். ஒடுக்குமுறைகளுக்கு எதிரான அவருடைய சினத்தைப் பெண்ணியத்துக்குள்ளும் பெண்ணியல் சார்ந்த முனைப்புகளுக்குள்ளும் மட்டுமே குறுக்கிவிடத் தேவையில்லை. உடல் என்பதே அரசியல்தான். வர்க்கம், பாலினம், உழைப்பு, பாலியல்பு, 'இனம்' ஆகியவற்றைப் புரிந்துகொள்ளவும் விவாதிக்கவும் உடலே மையமாக இருக்கிறது.

பெண்ணாகவும், 'பறைச்சி' என ஒடுக்கப்பட்ட பெண்ணாகவும் இருக்கிற கவிஞர் பல்லாயிரக்கணக்கான ஒடுக்கப்பட்ட பெண்களைப்போலவே, எந்தக் கணமும் நொறுங்கிவிடக்கூடிய அல்லது நொறுக்கப்படக்கூடிய உள்ளார்ந்த அனுபவத்தையும் வாழ்வையும் கொண்டவர். சமூக விஞ்ஞானங்களிலும் புதிய இலக்கிய ஆய்வுகளிலும் இதனை நாம் Embodied Vulnerability என்று பயன்படுத்துகிறோம். அது எழுப்பும் அரசியல் வேறு. அந்த அனுபவம் தரும் இலக்கியப் பரிமாணம் வேறு. அதுதான் சுகிர்தராணியின் கவிதையின் அடித்தள ஒலியாக இருக்கிறது. அதனால்தான் "காயத்துடன் இருக்கிறது என் கவிதை" எனவும் எப்போதும் "அதிர்ந்து கொண்டிருக்கிறது எங்கள் சதை" எனவும் எழுதுகிறார் அவர். அந்தத் தளத்திலும் எதிர்ப்பு அரசியலின் மொழியும் மொழிகையுமே சுகிர்தராணியின் கவிதைகள் என்பது என் எண்ணம்.

அவருடைய ஆரம்பகாலக் கவிதைகளில் இருந்து இப்பொழுது அவர் எழுதுகிற கவிதைகள்வரை சூர்ந்து வாசிப்பவர்களும் சுவைஞர்களும் ஒன்றைத் தெரிந்துகொள்ளலாம். கவிஞரின் அனுபவங்களும் சிந்தனைகளும் வெளிப்பாட்டு முறைமையும் மொழியின் வழியும் எவ்வாறு மாறியும் புடமிடப்பட்டும் வந்திருக்கின்றன என்பதுதான் அது. 'வீட்டின் மூலையில் ஒரு சமையலறை' எனும் அம்பையின் படிமம் கிளர்த்திய அதிர்வைச் சுகிர்தராணி, 'முதுகின் மேலொரு வீடு', 'முதுகின் மேலொரு சேரி' என இன்னொரு தளத்துக்கு உயர்த்துகிறார். 'பதினான்கு அம்புகள்' என்ற கவிதையில் இராமனை நோக்கி மட்டுமல்ல, ஆண்களை நோக்கியும் அவர் வீசுகிற கொள்ளிக் கணை ஒப்புவமை அற்றது.

பச்சைக் கள்ளியின் பழநிறத்தில்
கன்று எரிகிறது தீ
அடர்வனத்தின் மர்மப் புன்னகை
பெருங்காற்றாய் சூழ்ந்து நிற்க
மிகுந்த குலவை சத்தங்களும்

துந்துபிகளின் பேரொலியும்
நீராவியைப் போலப் பரவி மிதக்கின்றன
கடல் சூழ்ந்த நிலத்திலிருந்து
மீட்டுக் கொணர்ந்த என்னை
நெருப்பின் விளிம்பில் நிறுத்துகிறார்கள்
பூக்களால் அலங்கரிக்கப்பட்ட சிவிகையும்
மென்மையாக்கப்பட்ட பாதக் குறடுகளும்
எனக்காகக் காத்திருக்கின்றன
தீயிலிறங்கிக் கரையேறச் சொல்லும்
வில்லேந்திய அவனிடம்
என்னைச் சிறையிட்டவனோடு
செம்மரக் கட்டிலில் சயனித்ததை
இதழ் பிரித்து விளம்புகின்றேன்
காப்புடைத்த என் யோனியிலிருந்து
வெளியேறுகின்றன பதினான்கு அம்புகளும்
பெருந்தீயை அணைக்கப் போதுமான
ஒரு குவளை இரத்தமும்.

அவருடைய அகக் கவிதைகள் அகத்திணைக் கவிதைகள்தான். முகமற்ற நாயகர்கள், பெயரற்ற உறவு, புனைவுகளாலும் அனுபவங்களாலும் ஒளிகசிய மறைக்கப்பட்ட நளிர்மிகு வரிகள். அவற்றோடு கூடவே பிரசவத் தழும்புகள் அரசியல் நுண்வரலாறாக மாறும் புதிய படிமங்கள். அவருடைய சுகிப்பும் ஒருவழிப்பாதையாக ஒளிரும் தருணங்களையும் அவர் இந்தத் தொகுதியில் ஆங்காங்கே நளினமாகத் தூவியிருக்கிறார். இருளின் நிழலில் ஒருவழித் திளைப்பையும், நிராகரிப்பின் துயரில் விளையும் கவிதைகளிலும் கலவியின் வாசனையை அலைய விடுகிறார் கவி. விரகத்தால் நெய்யப்பட்ட இரவாடைகளின் மொழி எப்படி இருக்கும் என்று சுகிப்பும் சுவைப்பும் தெரிந்தவர்களிடம் மட்டுமே கேட்க முடியாது என்பதை எம்மிடம் "இரத்தம் பிசுபிசுக்கும் மொழியில்" காதோடு சொல்பவர் கவி சுகிர்தராணி.

பிழை காணில் பொறாத உள்ளம்கொண்ட சுகிர்தராணியின் கவி நெஞ்சிலிருந்து பிறப்பவை பெண்களுடைய தளை நீக்கமும், மானுடம் சுடரும் விடுதலையும் எதிர்ப்பும்.

அவற்றால் விளைந்த கவிதைகள் நமக்குப் பெருங்கொடை.

கனடா
21.11.2021

சேரன்

நேசித்தல்

என்னை
நேசிக்கத் தெரிந்த உனக்கு
கவிதை விருப்பமில்லையெனில்
அது வாய்த்த எனக்கு
உன்னை நேசித்தல்
எப்படி இயலும்?

வடிவம்

எங்கேயோ கேட்ட ஞாபகம்
உலகம்
உருண்டை என்று
மண்டியிட்டு
குனிந்து வளைந்து
எட்டி
நிமிர்ந்து நடந்து
எப்படிப் பார்த்தாலும்
சதுரமாய்த்தான் தெரிகிறது
என் வீட்டு ஜன்னலில்.

அனுமதி

ஞாயிறுகளில்
படிதாண்ட
அனுமதியில்லை
வேலை நாட்களில்
களைத்து
வீடு திரும்பும்
எனக்கு.

நினைவு

அம்மாவுக்கு
பால்கணக்கு எழுதி
பக்கத்து வீட்டில்
கடிதங்கள் படித்துக்காட்டி
தங்கைக்குத் தலைவாரி
பாவாடைக்கு நாடாகோத்து
மல்லிகை பதியன் போட்டு
சாயந்திரம் டியூசன் எடுத்து
எப்படியோ
கழிகிறது என் பகல்
இரவு முழுவதும்
தூங்கிப் போகிறேன்
உன் ஒற்றை நினைவுடன்.

காற்றின் மொழி

மனசெல்லாம்
வார்த்தைகளின் மோதல்
எழுதலாம் என அமரும்போது
வாசலில்
பால்காரரின் குரல்
குக்கர் விசில்சத்தம் வேறு
கொடியில் உலர்த்திய
துணிகளை
அள்ளி மடித்துவிட்டு
நிமிர்வதற்குள்
வெற்றுத்தாள் முழுவதும்
சருகுகளால் எழுதிவிட்டு
சென்றிருக்கிறது காற்று.

வெறுமை

காரை பெயர்ந்த வெளிச்சுவரில்
ஞாபகக் குறியீடென
தீற்றலாய்க் கரிக்கோடுகள்
நேர்த்தியாக பிசிறின்றி சிலவும்
கோணலாய்க் குறுகி
தெளிவற்று நெருக்கமாகப் பலவும்
கண்ணில் பட்டன
காற்றிலசைந்த செடியினூடே
ஒவ்வொன்றாய் எண்ணுகையில்
மலைப்பாயிருந்தது
கணக்கீடுகள் முடிந்து
அவை அழிபட்டும்
அகல மறுத்தது அடையாளம்
மீண்டும்
தயிர்க்காரியின்
கோடுகளுக்குக் காத்திருக்கிறது.

தப்பர்த்தம்

மொழியற்ற அவஸ்தையில்
கிளர்ந்தடங்கும் எனை மீட்க
யாரேனும் உண்டா?
உண்டெனில்
என் கழிந்த இளமையும்
கூடிய வயதும்
நினையாதிரு
மரந்துளிர்த்த சாலையோரம்
கைப்பற்றி என் கனவுகேள்
மனமொடிந்த பொழுதெல்லாம்
திகட்டும் வரை
உன் தோள் கொடு
விளக்கணைந்த பின்னிரவில்
இமை மீறும் கண்ணீரை
சுட்டுவிரலால் துடைத்துவிடு
மறுதலித்த வாழ்க்கைக்கு
என் பிரதியென
உன்முகம் காட்டு
இத்தனைக்கும் சம்மதமெனில்
தயவு செய்து
தப்பர்த்தம் கொள்ளாதே
புணர்ச்சிக்கு
அழைக்கிறேனென்று.

குறிப்பு வரைதல்

நேரத்தை
உண்டு செரித்து
உதவாத கவிதை தருபவள்

பூக்களை அல்லாது
முறிந்த முள்ளையும்
நேசிப்பவள்

சாயங்களை விடுத்து
வண்ணங்களைத் தேடுபவள்

பிடரி சிலிர்த்த
குதிரையாய்
நிமிர்ந்து நடப்பவள்

தளிர்களின்
சந்தோஷத்தை விட
சருகுகளின்
வலியறிந்தவள்

இவை
வேறொன்றுமில்லை
வேர்களைப் பற்றித்
தெரியாதவர்கள்
விழுதைப் பற்றி
எழுதியவை.

எச்சங்கள்

ஏதோவொன்று
எச்சமிட்டுப் போனதில்
என்னுள்
விழுந்திருக்க வேண்டும் நீ

நெருப்பின்
தகிப்பை விழுங்கி விட்டு
ஈரமாய் உன்னை அணைத்ததில்
முளைத்தெழுந்தாய்

உன் வேர்கள் எனக்குள்ளும்
என் சுவாசம் உன் நிழலுக்குள்ளும்
நித்தமும்
இளைப்பாறிக் கொண்டன
நீ அரும்பியபோது
முன்னிலும் பலமாய்
உன்னைப் பற்றிக் கொண்டேன்

பூக்கள்
அபூர்வமாயிருக்கிறது என்றும்
பெயர்த்தெடுத்து செல்வதென்றும்
தீர்மானமெழுந்த போது
தளர்த்திக் கொண்டேன் என்னை
உன் வேர்களின் காயத்தை
தவிர்க்க வேண்டி

ஆயினும்
பறவைகள் எப்போதும்
எச்சமிடத் தவறுவதில்லை.

மீட்டெடுத்தல்

சாயங்களில்
காண இயலாத நிறத்தோடு
பூத்துக் குலுங்கிய
ஒரு செடியிடம் கேட்டேன்
உன் பூக்களுள்
ஒன்றாய் மாற அனுமதி வேண்டும்

என்னைப் போன்றதொரு செடியில்
நீ பூவாவதை விட
உன்னில் பூப்பது சுகமென்றது

சரிதான்
மழைத்துளியிலிருந்து
என்னை மீட்டெடுத்து
மேகமாய் மாறிவிட்டேன்.

முகம்

எதற்காகவோ காத்திருந்து
மௌனத்தில்
கரைகிறதென் வாழ்க்கை
நினையாத தருணங்களில்
வந்து போகின்றன
பல முகங்கள் நினைவுக்கு
பழகியதும் பழகாததுமாய்
சந்தடியற்ற கனவில்
தலையின்றி எழும் உருவத்திற்கு
முகம் பொருத்தும் முயற்சி
தேடுதலில் தொலைகிறது
யாருமற்று
ஓரங்களில் நைந்துபோன
இதயத்திற்குப் புரிகிறது
வாழ்க்கையை மீட்டுவது
முகமன்று
எனில் இப்போதும்
முகம் காணத்தான்
முயல்கிறதென் மனம்.

பூக்கள் இலவசம்

முள்ளின் கூர்மைபோல்
வலிதரும் கருவி
முள்ளைத் தவிர வேறெது

வலி ரணங்களை
அடையாளம் காட்டும்
வாழ்க்கையைக்
களிம்பாக்கக் கற்றுத் தரும்

தோல்விக்கு எதிராக
குரலெழுப்பும்
நட்பை இனம் பிரிக்கும்
கண்ணீரை இனிப்பாக்கும்

வெட்கைக்குப் பிந்தைய
மழையின் சிலிர்ப்பு போல
வாழ்வின் நுண்ணிய சுகங்களை
நீட்சிப் படுத்தும்

ஆகவே
முட்கள் அவசியம்
வலியை நினைவுபடுத்தவாவது

பூக்களைப் பற்றி
சொல்லவே இல்லையென
புலம்புவோர்க்கு ஒரு வார்த்தை
முட்கள் வாங்கினால்
என் பூக்கள் இலவசம்.

பிரிவின் வெளி

நாம் சந்தித்துக் கொள்ளும்
ஒவ்வொரு முறையும்
வலியை ரணங்களை
நம் அணுக்கம் தரும் சுகத்தை
பிரிவின் தகிப்பை
பேருந்து நெரிசலை
ரசித்த மண்வாசத்தை
தூங்காமல் கழித்த இரவை
கடைசி வரிக்குக்
காத்திருக்கும் கவிதையை
தேய்ந்த செருப்பை மீறி
தைத்த முள்ளை
பனியில் வார்த்த மனதை
பரிமாறிக் கொள்ள
இன்னும் எவ்வளவோ இருக்க
மௌனத்தை மட்டும்
மாற்றிக் கொண்டு
பிரிந்து செல்கின்றோம்
அவரவர் கொண்டு வந்ததை
அவரவரோடு.

நேசிப்பின் ஆழம்

கதவுக்குப் பின்னால்
நின்றிருந்தேன்
உன்னைப் பற்றி
அம்மாவின் காதுவழியே
அப்பாவுக்கு சொல்லிவிட்டு

உன்னை
மறக்கச் சொல்லும் சுடுசொற்களை
எதிர்பார்த்திருந்த எனக்கு
உள்ளுக்குள் வடிந்தே போனது
அப்பா சரியென்றதும்

ஒருவேளை மறுத்திருந்தால்
இப்போதைவிட
இன்னும் ஆழமாய்
உன்னை நேசித்திருக்க முடியும்.

எதுவரை

துயரம் தேய்த்த பாதை முழுவதும்
நெருப்புக் கங்காய்
உன் சிறகுகள்

ஊதி அணைத்து நடந்தால்
பூக்களைப் பதுக்கிவிட்டு
நெருஞ்சி முட்களை வீசுகின்றன
உன் சுவடுகள்

இரத்தம் திரண்டு
அமிழ அமிழ நிற்கையில்
காயமற்ற கவிதை ஒன்றை
விலையாகக் கேட்கிறாய்

உனக்கான கவிதையோ
தூக்கிலிட்ட வார்த்தைகளையே
துவக்கமாய்க் கொண்டிருக்கிறது

இனி சொல்வதற்கொன்றுமில்லை
வேறு யாரேனும் தேடு
உன் நிபந்தனைக்கு

விரலிடுக்கில்
கத்தி வைத்து எழுதுகையில்
காயம் தவிர்க்க
எனக்குத் தெரியாது.

சொல்லிவிட்டுப் போ

சக மனிதர்களை
கடந்து செல்லும்போது
படரும் தற்செயல் புன்னகையே
எதிர்ப்படும் எனக்கும் போதுமென
நினைக்கிறாய்

நானோ
உன் நொடிநேரப் பார்வைக்கும்
இயல்பான சிரிப்புக்கும்
திட்டமிட்டே எதிர்ப்படுகிறேன்
அடிக்கடி

அடுத்த முறையாவது
உன்னை சொல்லிவிட்டுப் போயேன்
இல்லையென்றால்
என்னில் இருக்கும் உன்னை
கொன்று விட்டேனும் போ.

எதிர்பார்ப்பு

இடமற்று நிற்கும்
கர்ப்பிணியின் பார்வை தவிர்க்க
பேருந்துக்கு வெளியே
வேடிக்கைப் பார்ப்பதாய்ப்
பாவனை செய்யும்
நீ
என்னிடம்
எதை எதிர்பார்க்கிறாய்
காதலையா?

காதலென்பது

காதல்
ஆரம்பிக்கிறது
ஓர் ஆற்றைப் போல்
முடிகிறது
ஆகாயத்தைப் போல்

கண நேரத்தில்
நிகழ்ந்து விடுகிறது
முதல் முத்தத்தைப்போல்

தேடுவதற்கென்றே
மனதைத் தொலைக்கும்
சாமர்த்தியம்

மனச்சிறைக்குள்
அடைபடத் துடிக்கும்
விசித்திரம்

மனதுள்
மனம் புதைத்து
மட்கிய மௌனத்தில்
முளைவிடும்
ஆர்ப்பரிப்பு.

நல்ல கவிதை

ஒற்றை முடியை
ஒதுக்கி விடும்
உன் இலாகவமும்

மிக இயல்பாய்
வசீகரிக்கும்
உன் பார்வையும்

ஓராயிரம்
கவிதை சொல்பவை

என்றாலும்
சந்திக்கும் போதெல்லாம்
என்னை
சீண்டிப் பார்க்கிறாய்

ஒரு நல்ல கவிதையை
சொல்லச் சொல்லி.

மௌன மொழி

மௌனத்தை
மொழிபெயர்க்கத் தக்க
உன்னத மொழி
மௌனத்தைத் தவிர வேறெது

தோல்வியின் நெடிய மௌனம்
காதலின் சிவந்த மௌனம்
ஒலியும் வரியுமற்ற
அவற்றை
எந்தக் குறியீடுகளால் எழுதுவது

முடிந்தவரை
உன் மௌனத்தை மௌனமாகவே
மொழி பெயர்க்கிறேன்

மௌனத்தையே
நீ பதிலாக்கும் போது
என் கேள்விகள் எப்படி
ஓசையோடு இருக்கும்

ஒருவேளை
உன் மௌனத்தை நீயே
காதலென உணரும்போது
எங்கேயோ நானிருப்பேன்
மௌனத்தின் எதிரியாய்.

என் பொழுதுகள்

இரவுகள்
எனக்குப் பிடிக்கும்
புத்தகம்
படிக்கலாம்
அன்றைய பொழுதுகளின்
சலனங்களை
எழுதலாம்
ஞாபகத்தில் குளித்து
மனம்
ஆட்டம் போடலாம்
கழிந்தவற்றை
மீட்டெடுத்து
பெருமூச்சுகள் விடலாம்
பிடிக்காத
வேஷங்கள் போட்டு
விருப்பமாய் ஆடலாம்
நாளைய நிகழ்வுகள்
விசனமாய்
வெளிப்படலாம்

எல்லாவற்றையும் விட
மடியில்
முகம் புதைத்து
மௌனமாய் அழலாம்.

கனவும் கனவு சார்ந்த இடமும்

செடிகளுக்கு
ஒத்தடம் கொடுத்தது தூறல்
புறங்கழுத்தில்
நீயும் ஒற்றி எடுத்தாய்

இலைகளெல்லாம்
ஈரத்தில் கரைந்திருந்தன
என்னுயிரும்
நெருக்கத்தில் உறைந்திருந்தது

நீரின் வாசனையை
புதைந்திருந்த வேர்கள் முகர்ந்தன
உன் வாசம்
அறையெங்கும் வியாபித்தது

இலை விளிம்புகளில்
நீர்த்துளிகள் தளும்பி நின்றன
என் செல்களில்
நீ நிரம்பி வழிந்தாய்

காற்றசைவில்
நீர் உதிர்த்தன செடிகள்
ஸ்பரிசத்தில்
சுகம் துளிர்த்தது என்னுள்

வெளியே
நின்று விட்டிருக்கிறது மழை
கனவும்.

வேறொரு வனம்

எப்படித் தொடங்கி எழுதட்டும் நான்
மஞ்சரிகள் இதழ் உரசும்
பருவ காலத்தின் ஒரு நாள்
நீ உன்னைச் சொன்னபோது
என் அலட்சியம்
உன் வேர்களை சுட்டுப்போட்டது

சுழன்றடித்த இலையுதிர்காலத்தின்
வெறுமை நட்ட மரங்களுடே
விழுது வேண்டி
விரைந்தே போகையில்
பசிய வேர்கள்
கணுக்கால் கொத்துவதை
இன்னொரு கிளையில்
பூவாகிவிட்ட உனக்கு
எப்படித் தொடங்கி எழுதட்டும் நான்.

இடம் பெயர்தல்

மழை பெய்கையில்
நிதானமாய்
நடக்கும் என் கால்கள்
நீ
ஜன்னலை
அறைந்து சாத்துகிறாய்

நித்தமும்
குருவிகளின் கீச்சொலியில்
கண் விழிப்பேன்
நீயோ
பொட்டல் வெளியில்
குடியிருக்கிறாய்

ஓடையின் துள்ளலும்
பனியின் நிறமும்
பழக்கம் எனக்கு
நீ
செயற்கைக் குளிரில்
நடமாடுகிறாய்

நாள்காட்டியின்
கிழிந்த தாள்களைச்
சேகரிக்கிறேன்
நீ
கரன்சிகளில்
இளைப்பாறுகிறாய்

பிறகு
எனக்கு பொட்டலென்றும்
உனக்கு மழையென்றும்
இடம் மாற்றிப் போட்டது
காதல்.

இருப்பிடம்

சிறகின் அவசியம்
புரியாத
கூண்டுக்கிளி போல்
எச்சங்களைச் சேர்க்கிறது
காலம்

உதட்டிலிருந்து
கசியும் வார்த்தைகள்
உலர்ந்த இலையின்
பயணம் போல்
புதை குழியில்
சேகரமாகின்றன

அரும்பிய விஷத்தோடு
விடியலை வரவேற்கிறது
சோகம்

தொண்டைக்குள்
பதுங்கிக் கொள்ளும்
பழுதடைந்த குரல்போல
அச்சுப் பிழையை
அர்த்தப்படுத்த முடியவில்லை

உயிரின்
தூர்ந்த சுரப்பிகள்
கண்ணீரில் தத்தளிக்கின்றன

எழுப்பிய சுவரோரம்
இன்னும் சில வழியிருக்கலாம்

தாயின்
கர்ப்பம் மீண்டு
தேடுகின்றேன்
இன்னொரு இருப்பிடத்தை.

சாத்தியங்கள்

நீ உயிரோடு இருக்கலாம்
இறந்தும் போயிருக்கலாம்
பிறக்காமலே கூட இருக்கலாம்
என்னைவிட்டு
விலகியோடி இருக்கலாம்
சகதி நிறைந்த தெருவில்
பின்தொடர்ந்தும் இருக்கலாம்
என் மௌனத்தை
ஒலியாக்கலாம்
சத்தத்தை புகையாக்கலாம்
அனலூட்டும்
காற்றாக இருக்கலாம்
எலும்பு சுரண்டும்
ஊற்றாக இருக்கலாம்
வார்த்தையற்ற கவிதைக்கு
வரியாகவும் இருக்கலாம்
அழுங்கிக் கிடக்கும்
காதலுக்குக்
கழுவாக இருக்கலாம்
என் சிலுவையில்
நானே மரித்தும் போகலாம்.

சுமைதாங்கி

எதை எதைச்
சுமக்க வேண்டியிருக்கிறது
பிறந்ததும்
பெண்ணென்ற பழித்துணியை
வளர்ந்த பின்
கக்கத்தில் இடுக்கிய தம்பியை
தொங்கிய கையில்
தூக்குச் சட்டியை

பருவம் கண்டதும்
கணவனை
உயிரின் திரட்சியான
கர்ப்பத்தை
பிள்ளையை
பின் குடும்பத்தை
நெஞ்சிலும் வயிற்றிலும்
அவரவர் காலத்தில்
அவரவரைச் சுமந்து
உருமாறிவிட்டன உறுப்புகள்

மூளியாகும் உடம்பைவிட
காற்றுக்கும் மழைக்கும்
அழுத்தமாய் நிற்கும்
சுமைதாங்கிக் கல்லாய்ப்
பிறந்து தொலைக்கலாம்.

புழக்கடை

நாணம்
மொட்டவிழ
சமைந்த சடங்குக்கு
ஊர் கூடும்
பரிசம் போடும்
சம்பந்திப் பேச்சு
சதையை விலை பேசும்
முதல்நாள் மறந்த
வீட்டுப் பாடம்
அவள்
எழுதி முடியுமுன்
ஏறியே கிடக்கும்
கழுத்தில் தாலி
புழக்கடை சலசலக்கும்
புதிய வேர்களுடன்.

ஆரம்பத்தை நாடும் முடிவு

கடையொழுகக் குமட்டிய நிராசையும்
நுனியேறிக் கரிந்த கனவும்
அவ்வப்போது
கீறுகின்றன வார்த்தைகளின் முதுகை
ஒரு கணமேனும் போதும்
அவை
எனக்காக கவிதையைப் பிரசவிக்க

வெளிப்பட்டு வீறிடும் சிசுவென
புரிதலின்றி நகர்கையில்
விரல் நுனி சாபம் பிழிந்து
பொத்தலிட்டுச் செல்கிறது ஆங்காங்கே

தொடருதல் அற்று
கோரம் உமிழ்ந்த மௌனத்தை
மெழுகிச் செல்கிறேன்
கடைசி வரியில்

இறகு சுமந்த ஏதோ ஒரு மனம்
எதிர்ப்படும்போது
நிரப்பப்படும் அதன்
முடிவுக்காக வேண்டி.

பயணம்

அடைபடாத ஜன்னலில்
கிற்று நிழலை உள்ளனுப்பும்
நிலவைப் போல்
வாழ்க்கையும் சுழியாய்
நிலைத்தானமின்றி
கேள்விக் குறியாய்ச்
சுருண்டிருக்கும் இலைக்கருவென
முளைத்தலின் அவசரத்தோடு
இம்சை கவிழ்ந்த எதிர்காலம்
முன்னங்கம்பியில்
முகம் இடற
தலை உதறும்
தூக்கமாய்
பிடரி காட்டும் போரில்
பிடிபடாத சாமர்த்தியம்
நீண்டிருக்கும்
அரவமற்ற சந்தில்
கரையான்கள் தின்றெறிந்த
கனவின் மிச்சமாய்க்
கேட்பாரற்று நம் தேடல்கள்
போராட்டம்
நுகத்தடியாய் முதுகு அழுத்த
தப்பித்தலின்றி
விழி பிதுங்கும் அவஸ்தை
எனினும்
புரட்டிப் போட்ட சிதையின் வீச்சமாய்
தொடர்கிறது பயணம்.

பிம்பங்கள்

மழைநீர்
தேங்கிக் கிடக்கும்
சாலையோரப் பள்ளங்களை
மிதிக்காமல் விலகிப் போ
அவற்றைக்
கடக்கும் போதெல்லாம்
நம் பிம்பங்களே
தெரிந்து தொலைக்கின்றன.

போதுமானவை

குதிரையில்
பறந்தோடி வரும்
ராஜகுமாரன்
வேண்டாம் எனக்கு
மனதைப் புரிந்தவன்
போதும்

சுட்டுவிரல் நீட்டி
அதிகாரம் செய்ய
ஆஸ்தி
வேண்டாம் எனக்கு
உறுத்தலில்லாத
வறுமை போதும்

மூச்சைத் திணறடிக்கும்
செர்ர்க்கம்
வேண்டாம் எனக்கு
இயல்பு மீறாத
இல்லம் போதும்

அரும்புகளை அணைக்கும்
தென்றல்
வேண்டாம் எனக்கு
வெதுவெதுப்பான
காற்று போதும்

அறிமுகமற்றவரின்
கதைகள்
வேண்டாம் எனக்கு
என்னைத் தெரிந்த
கவிதை போதும்.

ஈரம்

வேலையற்ற பொழுதொன்றில்
பார்க்க நேரிட்டது அதை
நுழைதலுக்கும் வெளியேறலுக்கும்
வழிகளின்றி
பிரிவுடனோ அற்றோ
அடுக்கிக் கிடந்தது கதவிடுக்கில்

குச்சியால் நிமிண்டி
எறும்புகள் சூழ
பசிய புழுக்களைப் புறந்தள்ளினேன்

நாட்கள் கழிந்தொரு நாளில்
காரை பெயர்ந்த சுவரில்
மீண்டுமொன்று
குவிந்திருந்தது ஈரத்துடன்

எரிச்சலின் தகிப்பில்
இம்முறையும் குச்சியால் கிளற
என்னுள் துடித்தது
ஏதோ ஒன்று.

நம்பிக்கை

விடியும்
நீரள்ளித் தெளித்துவிட்டு
ஓடுவாள்
சுள்ளி பொறுக்க
புத்தகப்பை தொடும்போது
நாளைக்குப் போவென
தம்பியை
இடுப்பில் சரிப்பாள் அம்மா
மாலைப் பொழுதில்
உலையோடு
அவள் கண்களும் பொங்கும்.
நிலா வெளிச்சத்தில்
அப்பாவின் கூப்பாடு
முதுகு சொறிய
மறுபடியும் விடியும்
நீரள்ளித் தெளித்துவிட்டு
ஓடுவாள்
சுள்ளி பொறுக்க.

அழைப்பு

கல்யாணக் காட்சிகளில்
கடைசிப் பந்தி காத்திருக்கும்
கிழிசல் இலைகளோடு

காப்புக் கட்டி
கொடி ஏற்றும்போது
எட்ட நின்று பார்க்கவும்
இடமிருக்காது

தலையாட்ட விளிக்கும்
பஞ்சாயத்துக் கூட்டத்தால்
நைந்துப் போகும் மனசு

தூரெடுத்த கிணறு விடுத்து
வாய்க்கால் தண்ணீர்
தாகம் தீர்க்கும்

உருண்டோடும்
தேர்ச்சக்கரத்திற்கும்
இனம் தெரியும்
எங்களூர் தெருக்கள்

ஆயினும்
அழைக்கப்படுவோம்
முதல் ஆளாய்
இழவுக்குப் பறையடிக்க.

வாக்குமூலம்

ஆரம்பமாயிற்று
என்மீதான விசாரணை

நடக்க வைத்து
பார்த்ததில்
புன்னகை பூத்தனர்
என்னைப் பிடித்திருப்பதாய்

நீண்டிருந்த பட்டங்களைக்
கேட்டபடி
சிற்றுண்டி தட்டுக்கள்
தேநீர்க் கோப்பைகளும்
காலியாயின

பற்றியிருக்கும் என்
அரசுப் பணியை அறிந்ததும்
கைகளில் திணித்தனர்
தாம்பூலத்தை

சம்பள விவரத்தைப்
பட்டியலிட
குறித்தே விட்டனர்
கல்யாணத் தேதியை

எதற்கும்
இருக்கட்டுமென்று
கவிதை எழுதுவதை
கடைசியாய்
சொல்லி வைத்தேன்

வந்தவர்கள் எழுந்தனர்
வாசலை நோக்கி.

ஒப்பந்தம்

சாவதானமாய்ப் புணர்ந்து
கசந்த எச்சிலுடன் விழித்தெழும்
பிணைப்பு வேண்டாம்
நம்மிடையே

நேரிடின் அருகமர்ந்து பயணிக்கலாம்
நம்வீட்டு விசேஷங்களில்
அடுப்படி சமையலையும்
தெருக்கோலத்தையும்
மேற்பார்வை செய்யலாம்

உனக்கான பரீட்சைக்கு
குறிப்பெடுத்துத் தர
அழை என்னை
ஜலதோஷமாயின்
தைலமும் தேய்த்திடுவேன்

மனம் உடைகையில்
பதுக்கலும் பதுங்கலும்
நமக்குள் மாறி மாறி நிகழலாம்
சமயமாயின்
எனக்கொரு துணையைத் தேர்ந்தனுப்பு

நீயும் யாரையாவது விரும்பு
ஒப்புதலெனில்
தோழனாக இரு
பாசாங்கில்லாதவரை.

தூரத்தில் தெரியும் வெளிச்சம்

தவிர்த்தல் இயலாத அழைப்பு
சாராய நெடியுடன்
சடுதியாய் நெஞ்சழுந்த
திணறலொடு மூச்சுகள் விடுபடும்
தளர்ந்து விலகும் அவ்வேளை
கற்கள் சிலுப்பிய சுவரோரம்
கையூன்றி முடந்துறங்கும்
மூத்தவள்
உபாதை அழைப்புக்கு வெளிச்செல்ல
கூவியழைத்தலும் உண்டு

வேலிதாண்டி துணையாய் நிற்கையில்
தூளியிலிட்ட குழந்தை
தரை நனைத்து
வீறிடும் சத்தம் அழைக்கும்

வலிந்திழுக்கும் பால் காணாத
குழந்தையை விலக்கி
கண்மூடும் வேளை
எதிர் வாசலில்
நீர் தெறிக்கும் ஓசை.

எங்கள் கதை

மயிர் நீக்கிய தோலிலிருந்து
திருகு முடுக்கிய
பிளாஸ்டிக் டிரம்ஸ்களுக்கு
இடம்பெயர்ந்து விட்டது ஒலி

இடுப்பு இறக்கத்தில்
வலியை மீறி ஒலித்தவை
வார் அறுந்து
சில பரணிலும்
கறி தீய்ச்சலுக்குச் சட்டியாய்ச்
சில அடுப்பிலும்

இழவுக்கு ஏங்கும் பறையோ
பரிகசிக்கும் டிரம்ஸோ
அதிர்ந்து கொண்டிருப்பது
எங்கள் சதை.

காயத்தால் ஆனது கவிதை

அதை
படுக்கையில் கிடத்திவிட்டு
பேசிக் கொள்கிறார்கள்

ஊமைக் காயமென்றும்
உள்ளுக்குள் நொறுங்கி விட்டதென்றும்

அவசரமாக ஆராய்ந்து
அறுவை சிகிச்சை செய்ய
ஒப்புதல் கேட்கிறார்கள்
என்னிடம்

சிகிச்சை முடிந்ததும்
அதற்கு என்னை
அடையாளம் தெரியுமாவென
அப்பாவியாய்க் கேட்கிறேன்

உத்திரவாதம் இல்லையென்று
தெரிந்ததும்
அதை
வாரியணைத்துக் கொண்டு
வெளியேறி விட்டேன்

காயத்துடனே இருக்கட்டும்
என் கவிதை.

என்னை எழுதுகிறேன்

உன்னைப் பற்றி
எல்லாவற்றையும் எழுதுகிறேன்
கவலையற்றுத் திரிந்த
பள்ளி நாட்களை
வயல்வெளியில்
பட்டாம்பூச்சி பிடித்ததை
கனவான பெரிய படிப்பை
மிதிவண்டி பழகி
விழுந்தெழுந்த
முழங்கால் தழும்பை
மரித்துப்போன காதலை
இரண்டாம் தாரமாய்
நீ வாழ்க்கைப் பட்டதை
வறுமையில் தத்தளித்ததை
போதையில் இறந்த
உன் கணவனைப் பற்றி
உழைத்து உரமேறிய
உன் கைகளைப் பற்றி
எல்லாவற்றையும் எழுதுகிறேன்
என்னைப் பற்றியும்
யாராவது எழுதக்கூடும்.

பெண் கதை

முற்றத்தில் நடக்கவே
பழக்கியிருந்தது
என்
பால்ய காலத்து நடைவண்டி
அள்ளிச் செருகிக் கொண்டு
அலுவலகம் பறக்கின்றேன்

மரப்பாச்சிப் பொம்மையுடன்
பொய்யாய்ச் சமைத்துண்ட
தேங்காய் சிரட்டைகள்
பாத்திரங்களாய்
மாறியிருந்தன அடுக்களைக்குள்

ஒவ்வொரு முறையும்
இதுதான் கடைசியென
திமிறத் திமிற
விளையாடிய கால்களைப்
பெயர்த்தெடுக்க முடியவில்லை
கணவனுக்கு எதிரே

கண்ணாமூச்சி விளையாட்டில்
கைகளைத் துழாவியபடி
வென்ற தருணங்கள்
நிறைய

இமைகள் திறந்திருந்தும்
வாழ்க்கையைத் தொடுவதில்
தோற்றுப் போகிறேன்

இப்படி
கழிதலும் புகுதலும்
நேர்த்தியாய் நிகழ
எப்போது வாய்க்கும்
எனக்கான மீட்சி.

விட்டுச் செல்லும் சுவடு

எனக்கு
அழுகையாய் வருகிறது

விரல்களை அசைக்க முடியவில்லை
வார்த்தைகளைக் கருத்தரித்த
மனதையும் காணவில்லை

விம்மலுடனே
வீறிட்டு அழுகின்றேன்
தூரத்திலிருந்து
விநோதமாக பார்க்கிறீர்கள்

எனக்காக
எதையும் செய்ய வேண்டாம்

முடிந்தால்
என் அம்மாவிடம் நானிழந்த
எழுதுகோலை
எரிக்காமல் பார்த்துக் கொள்ளுங்கள்.

புனைவுகள்

ஒரு மாயக்காரனின் கையுயர்த்தலில்
சடக்கென முகிழ்க்கும் மஞ்சரியாய்
நரம்புகள் புடைத்த என் கைகளில் குவிகின்றன
என்னைப் பற்றிய புனைகதைகள்
தீ அசையும் ஒளியில்
அசாதாரணமாய்ப் புரட்டிப் பார்க்கிறேன்
நீர்த்தாவரங்கள் மல்கிய குளத்தின்
குறுக்கலை என
புனைவுகளில் பரவுகிறதென் பிம்பம்
பருவ திரவத்தில் தோயாத என்னுடல்
அரும்பி அரும்பிப் பின் பூத்திருந்தது
உடல்கள் கிடத்தப்பட்டிருந்த அறையில்
உறக்கத்தைக் கலைத்த கூடலோசையால்
வேர்விட்டுக் கிளைத்த என் ரகசிய இரவுகள்
சொல்லப்பட்டிருந்தன
இருளின் அரங்கத்தில்
தானே புனரும் சாகச நிகழ்வு
ஒற்றைக்காலில் நிறுத்தப்பட்டிருந்தது
காமவாசனை வீசும் தோழியின் தேகத்தில்
இலவம் பஞ்சடைத்த படுக்கையின் வளைவெனப்
புதைந்திருந்தது சுட்டப்பட்டது
புனைவுகள் எப்போதும்
உப்பில் வைக்கப்பட்டிருக்கின்றன
அவைதான் வாழ்க்கையை மலர்த்துகின்றன
இந்தக் கவிதையையும்.

என்னுடல்

குறுஞ்செடிகள் மண்டிய மலையில்
பெருகுகிறது ஒரு நதி
அதன் கரைகளில் வளைந்து
நீர்ப்பரப்பினைத் தொட்டு ஓடுகின்றன
பால்வழியும் மரத்தின் கிளைகள்
இஞ்சியின் சுவைகூடிய பழங்கள்
மெல்லிய தோல் பிரித்து
விதைகளை வெளித் தள்ளுகின்றன
பாறைகளில் பள்ளம் பறித்து எஞ்சிய நீர்
முனைகளில் வழுக்கி விழுகிறது அருவியாய்
நீர்த்தாரைகளின் அழுத்தத்தில்
குருதி படர்ந்த வாயை நனைக்கிறது
வேட்டையில் திருப்தியுற்ற புலி
கீழிறங்குகையில்
எரிமலையின் பிளந்த வாயிலிருந்து
தெறிக்கிறது சிவப்புச் சாம்பல்
வானம் நிறமிழக்க
வலஞ்சுழிப் புயல் நிலத்தை அசைக்கிறது
குளிர்ந்த இரவில் வெம்மை
தன்னைக் கரைத்துக் கொள்கிறது
இறுதியில் இயற்கை
என் உடலாகிக் கிடக்கிறது.

தழும்புகள்

எப்போதும் நீர்கசிந்து கொண்டிருக்கும்
என் வண்டல்நிலம்
பகற்சுழலில் பறக்கும் புழுதியாய்
பக்கவாட்டில் உழப்படுகிறது

உருண்டையென உப்பிப் பருத்த விதைகள்
சீரான இடைவெளியில் ஊன்றப்படுகின்றன
ஈரம் பிழிந்தெடுத்த துகள்கள் குவிய
என்னிலிருந்து வெடிக்கின்றன முளைகள்
உள்நீளும் வேர்களின் கைகளுக்குள்
கெட்டிமைப்படும் எனது மண்
மூச்சடைப்பும் உயிர்ப்புமாய் திரள்கிறது

செழித்தோங்கிய விருட்சங்களின் கனிகள்
நீண்ட காம்புடைய வலைப்பைகளால்
பறிக்கப்படுகின்றன
பருவங்கள் சுழலச் சுழல
காய்ந்து உதிர்ந்த மரங்கள்
கவனமாய்த் தோண்டப்படுகின்றன

குன்றும் சரிவுமாய் உருமாறிவரும்
என் நிலத்தின்
அகழ்ந்தெடுத்த இடத்திலெல்லாம்
பிரசவத் தழும்புகள்.

காலம்

வெளிச்சத்தின் உடல்
உருகி மறையும் பொழுதில்
நகரத்திலிருந்து விலகியோடும்
கிளைச்சாலையின் இருபுறமும்
கருத்தரித்த இளமரங்கள்
பிடிமானமில்லா அந்தரத்தில்
உடல் தீண்டும் இன்பத்தை
நொடியில் உணர்ந்த பறவைகளின்
கீழிறங்கும் உதிர்ந்த இறகுகள்
ஊமத்தம் பூக்களின் நெடியையும்
பட்டாம்பூச்சியின் வண்ணத் துகள்களையும்
சுமந்தடங்கும் இளங்காற்று
எவற்றின் பாதிப்புமின்றி
மீயொலியால் வழியுணரும்
வெளவாலைப் போல
கடந்து செல்கிறது காலம்.

பனிக்குடமும் சில பாம்புகளும்

புராதனமான என் பனிக்குடத்தில்
பாம்புகள் சில நீந்தி மகிழ்கின்றன
பெருத்த கர்ப்பகாலம் தீர்வதற்குள்
நாற்புறமும் என்னுடல் வெடிக்க
பிறக்கின்றன பிளந்த வாய்களுடன்
அவற்றைப் பழக்குவது
அவ்வளவு எளிதாக இல்லை
சலனங்கள் பூக்காத துவாரங்கள் மறந்து
படர்ந்த என் மடியுள் ஒடுங்குகின்றன
உறங்குவதற்கும் விழிப்பதற்கும்
அதனதன் வால்களையே
விழுங்கிக் கொள்ளும் உணவுப்பழக்கம்
விசித்திரமாயிருக்கிறது
காற்றசையும் ஒலித்தருணத்தில்
பற்றுக்கொடியின் உயிர்வேட்கையாய்
நட்ட என் மீதேறி
விஷத்தைக் கக்குகின்றன
என் நிழல் என்மீது விழும்
மதியப் பொழுதுகளில்
நீண்டு கிடக்கிறேன்
வறட்சியை ருசித்த துக்கஆறு போல
பாம்புகளுடன் வாழ்வது
சிரமமாயிருக்கிறது
இல்லாமல் வாழ்வதும்.

விருட்சங்கள்

பருவங்கள் வாய்த்த என்னுடல்
காளானைப் போலக் கனிந்து குவிகிறது
அதன் முன்னும் பின்னும்
கவனமாய் நெய்த ரகசிய உறுப்புகள்
மயிர்க்கால்கள் சிலிர்த்த தோல் முழுவதும்
காமநெய்யின் உருகிய வாசனை
மலர்ந்த இடையைச் சுற்றி
வெதுவெதுப்பான புணர்கதுப்புகளும்
கவிழ்த்துப் போட்ட ஆயுத எழுத்தாய்
காமத்தின் சோழிகளும்
உடலினுள் பொதிந்து மிதக்கின்றன
இப்போது புகையின் வடிவம் கொண்டு
ஒப்பனைகள் ஏதுமற்ற தெருக்கலைஞனைப்போல
கச்சையின் முன்புற வார் அவிழ்க்கிறாய்
பாலூட்டியவற்றை ருசித்தவாறே
அவற்றின் பெயர்சொல்லவும் வெட்கிக்கிறாய்
என் மார்பின் இசைக்கவையை
போரின் கொலைக்கரமாய் நீட்டுகிறேன்
இனியென் ஆளுகைப் பிரதேசத்தில்
பதாகையை உயர்த்திப் பிடிக்கும்
இளகாத ஸ்தனங்களை
விதையின் அடியிலிருந்து உரக்கப் பாடு
முலைகள் விருட்சங்களாகி வெகுகாலமாயிற்று.

இரவுமிருகம்

பருவப்பெண்ணின் பசலையைப் போல
கவிழத் தொடங்கியிருந்தது இருள்
கதவடைத்து விட்டு
மெழுகுவர்த்திகளின் மஞ்சள் ஒளியில்
தனியாக அமர்ந்திருந்தேன்
அப்போதுதான் தினமும் விரும்பாத
அதன் வருகை நிகழ்ந்தது
நான் பார்த்துக் கொண்டிருக்கும் போதே
என்னை உருவி எடுத்துவிட்டு
இன்னொரு என்னை வெளிக்கொணர்ந்தது
நான் திகைக்க நினைக்கையில்
அந்தரங்கம் அச்சிடப்பட்ட புத்தகத்தையே
படித்து முடித்திருந்தேன்
என் கண்களின் ஒளிக்கற்றைகள்
முன்னறையில் உறங்குபவனின்
ஆடை நெகிழ்வுகளில் பதிந்திருந்தன
கோப்பை நிறைய வழியும் மதுவோடு
என்னுடல் மூழ்கி மிதந்தது
கூசும் வார்த்தைப் பிரயோகங்களை
சன்னமாய்ச் சொல்லியவாறு
சுயப்புணர்ச்சியில் ஆழ்ந்திருந்த வேளை
பறவைகளின் சிறகோசை கேட்டதும்
என்னை என்னிடத்தில் போட்டுவிட்டு
ஓடிவிட்டது இரவுமிருகம்.

காற்றுச் சூலி

சிறிதும் வெட்கமில்லாது
தினவுகண்ட பெண்ணின் மார்புபோல்
விறைப்புடன் உள்நுழைந்து
தாளிடுகிறாய்

உன் தலையில் மோதிப் படிந்த
முற்றத்துக் கொடிப்பூவின் மகரந்தப்பைகள்
என்நாசி விளிம்பைத் தழுவி
அரக்கிடுகின்றன

இருளும் நீயும்
தோள்களை அழுத்திப் பிடிக்க
சுருள்பாம்பாய்
விலகி ஓடுகின்றன ஆடைகள்

பின் சில நொடிப்பொழுதில்
என் மர்ம முடிச்சவிழ்க்கும்
சூத்திரம் செய்கிறாய்

தொடைகளின் அடிச்சதையில்
நிணநீர் வழிந்தோட
பூவின் மடல்கிழிந்த வலி உணர்கிறேன்

எழுந்து
நிர்வாண ஆயுதம்பற்றி
வேறுவழியே வெளியேறுகிறாய்

இன்றென் வயிற்றில்
வளர்ந்து கொண்டிருக்கிறது
காற்றின் கரு.

ஏவாளின் கனியும் ஆதாமின் அறுவடையும்

திருப்தியான கூடலின் லயத்தோடு
பறவைகள் சதா சப்தித்துக் கொண்டிருந்தன
பருவப் பீய்ச்சல்களிலும் உறுப்புகளின் இச்சையற்று
விலங்குகள் அலைந்து திரிந்தன
அழைக்கப்படாத மரங்களின் காம்புகள்தோறும்
தளர்ந்த முலையின் சாயலையொத்த பழங்கள்
வெளிச்சத்தின் நிழலில் ஒளி அமர்ந்திருந்த
அவ்விடம் மிகவசீகரமாய் விளங்கிற்று
அதனை நிர்மாணித்தவன்
சுனைகளின் அடைப்பைச் சரிசெய்யப் போயிருந்தான்
நஞ்சுக்கொடியின் முதல்சுவையை அலகிலேந்தி
அவளை ரகசியமாய் சமீபித்தது
வேறு எப்படியும் உருக்கொள்ள இயலாத ஸர்ப்பம்
விரகத்தின் வேர்வை அவளுள் அரும்பத் தொடங்க
அவனுக்குப் பழக்கினாள்
தன் கனிகளைச் சுவைக்கும் உடல்நுட்பம்
அதன்பின் காமத்திற்கான அறுவடை
அவனுக்கென்றாகிப் போனது.

ஒற்றைக்கரை கடலும் முழுநிலவும்

விறைத்த குளிர்காலத்தின் நீண்ட இரவென
என்னுள் தளும்பிக் கொண்டிருக்கிறது
ஒற்றைக்கரை கொண்ட கடல்
புரண்டு படுக்க முடியாத சவக்குழியின் பிரேதமாய்
அதன் மயிர்க்கால்கள் முழுவதும்
முதிர்ந்த கொப்புளத்தின் அடர்ந்த சீழென
கொதிநீர் ஊற்றுகள் பீறிடுகின்றன
சலனங்கள் தேங்கிய அடித்தளத்தின்
உடைபட்ட இடத்தை அடைத்து நிமிர்கையில்
பகுக்க இயலாத வட்டத்தின் கோணம் சுற்றி
விரியன்பாம்பின் அலைச் சீறலாய்
நங்கூரமிட்ட நீர்த்தாழியின் திரைகிழித்து
முழுநிலவின் மறுபுறமும் முயக்கிட
கொந்தளித்து உடைக்கிறேன் மிச்சக் கரையையும்
போகிறபோக்கில் சொல்லிவிட்டுப் போகிறான்
குளமாய்த் தேங்கியிருக்கச் சொல்லி.

கடைசி விருந்து

விதைகளற்ற பழுத்த கனி ஒன்று
என்னிடம் தரப்பட்டது

நீலவெளிச்சப் பின்னணியில் அதைப்பற்றிய
ரகசியங்கள் என்காதில் ஓதப்பட்டதும்
முகத்தை எப்படி வைத்துக் கொள்வதென்று
எனக்குத் தெரியவில்லை
உன் நா வறட்சி அடையும்போது
வித விதமான சாறு பிழிந்து தரவேண்டுமாம்

பட்டாம்பூச்சியின் தாவலைப் போல
பிழிவதும் குடிப்பதும்
ஆரம்பத்தில் கலையாக இருந்தது

பின்பு உறங்கும் வேளையில்கூட
உன்வாய் சாறு நிரம்பியதாகவும்
உனதொரு கை குவளையை
இறுக்கியதாகவும் விளங்கின

காலாவதியான சுரங்கத்தின் உட்குடைவாய்க்
கனியின் பகுதிகள் பொலிவிழந்த பின்னும்
குடிப்பதற்குக் கேட்கின்றாய்

என்மீது உருண்டு திரண்ட
உன் பிரியத்தையே பிழிந்து தருகின்றேன்
அது விஷச்சாறாகவும் இருக்கலாம்.

சுடுகாடு

நித்திரையின்போது
வாயோரம் ஒழுகும் துர்எச்சிலைச்
சுவைக்கும் கொடுமையான ஸ்தலமது

நம்மில் யாரேனும்
அங்கு சென்றிருக்கக் கூடும்
துக்கம் கருதியோ
சுய பச்சாதாபம் விரும்பியோ

அவ்விடத்தின் பூத்தாவரங்கள்
ஆழ வேர் பரப்பி
சதைத் துணுக்கிலிருந்து
நீரெடுப்பவை

உயரக் கிளை பரப்பி
உடல்மீது
தீப்பூக்கள் சொரிபவை

வேற்றுக் கருவை
உடல்கீறி உள்வைக்கும் தந்திரமாய்
காலவெளியின் அழுகல் உயிர்களை
மோன உள்விரிவில் முடிப்பவை

புணர்ச்சியின் உச்சத்தில்
விகாரமடையும் முகத்தைப் போல
ஊர்வலம் ஒன்று எதிர்ப்படும்போது
நினைவுக்கு வந்துவிடுகிறது
அச்சுடுகாடு.

மாண்பமை விலங்கு

இரவினைத் தின்று தின்று
வெளிச்சம் கசிய
விழிகளை மலர்த்துகிறது பகல்
செதிலுரித்துச் செல்லும்
உன் நினைவுகளைப் போல

தேனில் தோய்ந்த கசப்பு
உள்ளிறங்கும் சங்கடமானதொரு கணமாய்
காற்றின் பக்கங்களைப் புரட்டி
உன் குளிர்ச்சொற்களை மெல்லுகிறேன்

ரகசியங்களை அடியில்போட்டு
மேலேறி அழுத்தும் கடலின் பொழுதில்
குடும்பச்சுமையும் உன் இயலாமையும்
வலிய காரணங்களாக
முதுகுகாட்டி வெகுதொலைவில்
புள்ளியாகி மறைந்தே போனாய்

தரைக்கு முகங்கொடுத்து
படுத்துக் கிடந்த என்
வெப்ப உலைகளிலிருந்து
வெதும்பி வழிந்த சுடுநீரை
நாவினால் நீர்த்தது
நான் வளர்த்த நாய்.

ஒருவழிப்பாதை

இரவு
ஆடைகளைக் களைந்து விட்டு
நிர்வாணமாய் வீற்றிருக்கிறது
ஒரு மாயக்காரியின் புன்னகையைப்போல
இம்முறையேனும்
வெட்கக்கனி புசித்த வாயால்
உன்னை அழைக்க முற்படும்போது
எங்கிருந்தோ வெளிப்படும் உன் கை
தாபம் மேலிட்ட ஸர்ப்பமாய்
முயக்கிச் சாய்க்கிறது என் புனைவுகளை
கடைசி நிகழ்வின்
விரகம் எரித்த தாம்பத்யப் புகை
ஒருவழிப் பாதையில்
நுழைந்து நுழைந்து வெளியேறி
இளைப்பாறுகிறது
என்னை இழுத்துப் போர்த்திய
இருளின் நிழலில்.

பாவனை

எனக்கான கேள்வி
உன்னிடத்திலும்
உனக்கான பதில்
என்னிடத்திலும்
யாரிடமும்
எதுவும் இல்லையெனப்
பாவித்துக் கொண்டிருக்கிறோம்.

சொல்

உலகத்து மொழிகளின்
அத்தனை அகராதிகளிலும்
தேடித் தேடி
கடைசியில்
தெரிந்து கொண்டேன்
உன் பெயரில்
காதலுக்கு நிகரான
இன்னொரு சொல்லை.

கோடை

வெப்பத்தைத் தின்ன முடியாமல்
பெருங்குரலெடுத்து அழுகிறது காற்று
தூரத்தே
வெட்கமறியாத குழந்தையைப் போல
நிர்வாணமாய் நிற்கின்றன மரங்கள்
நீரைத்தேடிக் களைத்த நதி ஒன்று
கடலில் கால் நனைத்து
அள்ளிப் பருகுகிறது அதன் தீராத நீரை
இரத்தசோகை பீடித்த மேகங்கள்
ஈர மருந்து தேடுகின்றன
கிழக்கில் வெந்த
சூரியனைச் சுவைத்து விட்டு
எதிர்ப்புறம் சாய்கிறது பகல்
முன் எப்போதோ
கனிமரங்கள் செழித்திருந்ததைக்
கானலில் கண்டு மருகுகிறது பருவம்.

கலவி வாசனை

கிழிந்த தேகத்தை
நேர்படுத்திக்கொண்டு நிமிர்கிறேன்
மறுபடியும் என்
உறுப்புக் கிளைகள் ஒடிந்து விழும்படியாக
வந்தமர்கிறது ஓர் உருவபூதம்
ரகசியங்கள் போர்த்தப்பட்ட பெண்மையை
தன் விரல்அம்புகளால்
நேர்த்தியுடன் தோலுரித்துச் செல்கிறது
ஒரு தேர்ந்த வெளவாலைப் போல
உயிர்மண் உதிர உதிர
வெடித்த பிளவுகளில் கசியும்
எச்சிலும் காமநீரும்
உடலாறு முழுக்கப் பரவிப் பாயும்
முடிவின் பிந்தைய கணத்தில்
இரத்தம் தோய்ந்த ஆடையைத்
துவைத்துப் போடுகிறேன்
பிரபஞ்சமெங்கும் கலவி வாசனை.

மெல்லிய புலால் நாற்றம்

மெல்லிய
புலால் நாற்றம் வீசுகின்ற
நானும்
தசைகளை முற்றாகப்
பிய்த்தெடுத்த எலும்புகள் தொங்கும்
என் வீடும்
கொட்டாங்கச்சியில் தோலைக்கட்டி
பறையொலி பழகும்
விடலைகள் நிறைந்த
என் தெருவும்
ஊரின் கடைசியில் இருப்பதாக
நினைத்துக் கொண்டிருக்கிறார்கள்
நான் சொல்லிக் கொண்டிருக்கிறேன்
முதலில் இருப்பதாக.

பளிச்சென்று சொல்லி விடுகிறேன்

செத்துப்போன மாட்டைத்
தோலுரிக்கும்போது
காகம் விரட்டுவேன்
வெகுநேரம் நின்று வாங்கிய
ஊர்ச் சோற்றைத் தின்றுவிட்டு
சுடுசோறெனப் பெருமை பேசுவேன்
தப்பட்டை மாட்டிய அப்பா
தெருவில் எதிர்ப்படும்போது
முகம் மறைத்து கடந்துவிடுவேன்
அப்பாவின் தொழிலும்
ஆண்டு வருமானமும்
சொல்ல முடியாமல்
வாத்தியாரிடம் அடி வாங்குவேன்
தோழிகளற்ற
பின்வரிசையில் அமர்ந்து
யாருக்கும் தெரியாமல் அழுவேன்
இப்போது
யாரேனும் கேட்க நேர்ந்தால்
பளிச்சென்று சொல்லி விடுகிறேன்
பறச்சி என்று.

பால்ய மொழி

இதுவரை எவரும் பேசியிராத
குறிகளாலும் சைகைகளாலும் உணர்த்த முடியாத
கர்ப்பத்தில் மிதக்கும் மொழியொன்று
எனக்கு வேண்டும்

அது
என் கிழிந்த உள்ளாடைகளில்
அந்தரங்கத்தைத் தேடாத கண்ணியமானது
கடக்கும் போது முதுகில் குத்தாத
ஓராயிரம் சொற்களைக் கொண்டது

சொல்வதற்கென்றே ஞாபகத்தில் இருத்திய
பின்னிரவுச் சொப்பனங்களைப்
புலம்பல்களாக அர்த்தப்படுத்திக் கொள்ளாதது

அதன் அர்த்தங்கள் ஆகாயவிரிவு கொண்டவை
அதன் கனிந்த சொற்கள்
நாக்கின் மெல்லிய தோலைப் புண்ணாக்காதவை

அப்பிரத்யேக மொழியின் திறவுகோல்கள்
கண்ணீரை விட்டொழித்துக் கம்பீரம் பிரசவிக்கும்

அதில் என் அகரத்தைக் கண்டஞ்சி
கரிபடிந்த கண்ணாடிச் சில்லுகளுக்கே திரும்பும்படி
புளிப்பும் கசப்புமான அழுகிய மொழியில்
என்னிடம் நீ கெஞ்சுவாய்

அதையும் வெளிப்படையாக எழுதுவேன்
இரத்தம் பிசுபிசுக்கும் என் பால்ய மொழியில்.

பள்ளிக்கூட பொம்மைகள்

நிரந்தரமானது என்னுடைய பணி

அச்சுகளை மீறிப் பிதுங்கும்
சதைப் பிண்டங்களை
வெட்டி எறிந்துவிட்டு
உருவங்களை வார்த்தெடுப்பது

உள்நுழைந்தவை வெளியேறாவண்ணம்
பிளந்த வாயோ வெறித்த கண்களோ இன்றி
முகம் முழுக்க காதுகளே விடைத்திருக்கும்

என்னுள் நிரம்பித் தளும்பியவற்றை
அவற்றின் உடல்கீறி
முற்றாத மனக்கிழங்குப் பறித்த பள்ளத்தில்
கொட்டிக் கவிழ்ப்பேன்

என் தாகம் தீர்ந்தபிறகு
நூல்கட்டிய கனவுகளைக்
கைகளில் திணித்து
அவற்றை விரட்டிடுவேன்
வாழ்வின் வெளிக்கு.

பறக்கடவுள்

சொல்லுகிறீர்கள்
முதுகு விரியக் காய்ந்தால்
அதன் பெயர் பறவெயில்

உலரும் புழுத்த தானியத்தை
அலகு கொத்தி விரையும்
அது பறக்காகம்

கையிலிருப்பதை
மணிக்கட்டோடு
பறித்துச் சென்றால்
அது பறநாய்

நிலத்தை உழுது
வியர்வை விதைத்தால்
அது பறப்பாடு

சகலத்திற்கும் இப்படியே
பெயர் என்றால்
இரத்தவெறியில் திளைக்கும்
எது அந்தப் பறக்கடவுள்?

மழையின் பாடல்

கனவுகள் தீர்ந்துபோன ஒரு கணத்தில்
சன்னல் வழியே
மழையின் பாடல் ஒலித்துக் கொண்டிருந்தது
நீண்டதூரம் பயணித்துவந்த அதன்கால்கள்
மிகவும் நடுக்கமுற்றிருந்தன
உடுத்தியிருந்த ஆடையின் ஓரத்தைக் கிழித்து
கால்களில் இதமாகச் சுற்றினேன்
அப்போதும்
பாடல் ஒலித்துக் கொண்டிருந்தது
தூரத்தில் மரத்தின் கிளையொன்று
முறிந்து விழுந்தது
இதழ்களைப் பிரிக்கவியலாமல்
பூக்கள் கட்டுண்டு கிடந்தன
பூட்டிய கதவை முட்டியபடி
நீர்த்துளி கோத்த நாய்க்குட்டியொன்று
அதற்குள் நான் மழையின்
ரசிகையாகி விட்டிருந்தேன்
இருவரும் தேநீர் பருகியபடி
வேடிக்கை பார்த்துக் கொண்டிருந்தோம்
பின் ஆதூரமிக்க இருவரிகளைப்
பரிசளித்துவிட்டு இடம்பெயர்ந்தது மழை
வாசலில் நின்று நெடுநேரம்
கையசைத்துக் கொண்டிருந்தேன்
கறுப்புத்துணி போர்த்தியவாறு
வழிப்போக்கர்கள் கடந்து செல்கின்றனர்.

ஓவியக் காட்சியறை

கதவடைத்ததும்
சட்டத்திலிருந்து இறங்கி வருகின்றன
எஞ்சிய ஓவியங்கள்
உடல் முறுக்கேறி ஒற்றைக்கையுடனும்
ஆடைகளைத் துறந்து காற்றைத் தழுவியும்
எண்ணிறந்த விதமாய்
பிரதான அறையொன்றில்
பூத்த வியர்வையைத் துடைத்தபடி
நிகழ்வுகளைப் பகிர்ந்து கொள்கின்றன
அறைகளைக் கூட்டியவன்
தன் முப்பரிமாண முலைகளை
வெறித்தாய்ப் பகன்றது ஒன்று
குதிகால் உயர்ந்த பார்வையாள யுவதியின்
மயக்கம் தீராமல் இன்னொன்று
விற்காமல் போனதற்காய்
சில வாழ்வோவியங்கள் வருத்தப்பட்டன
இரகசியமாய் உதடுரசிக் கொண்டன
இரு பெருந்திணை ஓவியங்கள்
வெறுங்கையுடன் வெளியேறிய சிறுவனின்
ஏக்கத்தில் அழுதது குட்டி ஓவியம்
இடையிடையே வண்ணங்களைக் குடித்தபடி
அரங்கினுள் ஆடித்திரியும் ஓவியங்கள்
தாழ்திறக்கும் ஓசைமெடுத்து
காப்பிடப்பட்ட சட்டங்களில்
விரைந்தேறித் தொங்குகின்றன
மனித சஞ்சாரத்தில்
ஓவியங்கள் உலவுவதில்லை.

மரணம்

முற்றிய கருவேலங் காட்டினூடே
கடந்து செல்கின்ற வேளை
முனகலோசை மிதந்து வருகிறது
அப்போதுதான்
வெதுவெதுப்பான மூச்சுக் காற்றின்
வெப்பத்தை உணரும் இடைவெளியில்
அதைச் சந்தித்தேன்
குற்றுயிராய்க் கிடந்த அதன் கண்களில்
அதிகார யாசகம் பீறிடுகிறது
உள்ளங்கைக்குள் அடக்கி
என்னறைக்குச் சுமந்து வருகிறேன்
திகைப்பும் தயக்கமுமாய் அமர்கிறது
காயங்களில் மருந்திட்ட
என் கரிசனம் அதைக்
கட்டுறச் செய்திருக்க வேண்டும்
பின் நெருக்கமாய் படுத்துறங்கினோம்
ஒழிந்த கதைகளை மீட்டெடுத்து
இரவெல்லாம் பேசிக் கொண்டோம்
நான்கு உதடுகளுக்கும்
பொதுவான தேநீர் கோப்பையாயிற்று
ஒருநாள் மின்னலை ஓடித்துவந்து
தன் பிரகாசத்தை நிரூபித்தது
அழுக ஆரம்பித்த என்னை
நன்றியறிதலாய் தன் இருப்பிடத்திற்குக்
கொண்டு சென்றது மரணம்.

புயல் சின்னம்

மயிர்கள் சிரைக்கப்படாத என் நிர்வாணம்
அழிக்கப்படாத காடுகளைப் போல
கம்பீரம் வீசுகிறது
இயற்கையின் பிஞ்சு நிறத்தில்
ஆழ்ந்து கிடக்கும் என்னுடலை
தூரநின்று கவட்டுக் குச்சியால்
கிளறிப் பார்க்கிறாய்
பாறையிடுக்குகளில் தேங்கிக் கிடக்கும்
ஒளிபருகாத நீரைப்போல
தேய்மானமற்ற மொழியில்
உன்னை வரவேற்கிறேன்
என் கண்களின் தீட்சண்யம்
உன் பாலுறுப்பைத் தளரப் பண்ணுகிறது
கூரிய ரம்பத்தால் அறுக்கப்பட்ட
நெடுமரத்தின் சரியும் ஓசையென
இசைக்கப்படும் என் பாடல்
உன்னைக் கோபமூட்டுகிறது
பற்தடங்களற்ற முலைகளில் மூழ்கி
காமங்கள் தீர்ந்த வறட்டுத் தோலில்
தலை தூக்குகிறாய்
பசிய கற்றாழையின் கூராய்
விரிகின்றன என் விரல்கள்
அவிழ்ந்த ஆடையை இறுக்கியபடி
நகரத் தெருக்களில்
சொல்லிக்கொண்டு ஓடுகிறாய்
ஆதிவாசியொருத்தி கரை கடப்பதாக.

ஒப்பந்தம்

நம்மிருவருக்குமிடையே
ஓர் ஒப்பந்தம்
கொஞ்ச காலம்
நீ நானாகவும்
நான் நீயாகவும்
வாழ வேண்டும் என
ஒப்பந்தக் காலம்
முடிவடைந்த பொழுதொன்றில்
சந்தித்துக் கொண்டோம்
நீ நீயாகவும்
நான் நானாகவும்.

முத்தமிடல்

கைநிறைய கவிதைகளோடு
உன்னிடம்
வந்து கொண்டிருக்கிறேன்
எண்ணமுடியாத முத்தங்களோடு
நீயும் எதிர்ப்படுகிறாய்
ஒரு முத்தமிடலில்
பல கவிதைகளும்
ஒரு கவிதையில்
பல முத்தங்களும்
கைநழுவிப் போகின்றன.

தொடக்க ஆட்டம்

தொடக்க ஆட்டத்தின் முதல்நாளாக
அன்று அறிவிக்கப்பட்டிருந்தது
விதானத்தின் நாற்புறமும்
காற்றிலாடும் திரைத்தொங்கல்கள்
சூலகம் வெடித்த பூக்கள்தோறும்
செயற்கை மணமூட்டல்
ஆடை தளர்த்திக் கொள்ளல்வரை
ஓதி அனுப்பப்பட்டன
களமிறங்கிய என்
வெள்ளுடையின் பரிசுத்தம்
உன் எலும்புகளின் நினைத்தைத்
தாழப் பண்ணுகிறது
பின்
சக்கரத்தைச் சுற்றிக்கொண்டே
வலிய கைகளால் என்னை வனைகிறாய்
கைக்கு வாகாய் உருவம் பிடிபட்டதும்
அரிந்தெடுத்து அடிதட்டி
உலர வைக்கப்படுகிறேன்
தொலைவில் எரியும் உன் சூளையின்
தகிப்பு தாங்காமல்
மண்ணுக்குள் இறங்குகிறேன்
சிந்திய காமத்தையும்
உடையாத சினைமுட்டைகளையும்
சேகரித்துக்கொண்டு.

கானல் உதடுகள்

வெகுநாட்களாகின்றன
முத்தங்களைப் பரிமாறிக் கொண்டு

கூர்தீட்டிய கல்லால்
நறுக்கப்பட்ட தொப்புள்கொடிபோல
துருத்திக் கொண்டிருக்கிறது
நம் உதடுகளுக்கிடையே முத்தம்

ஒவ்வொரு முறையும்
இரத்த ஓட்டம் தடைபட்ட
வறட்டு முத்தமாகவே
நிகழ்ந்து விடுகிறது

உதடுகளைச் சீண்டிப் பெறப்பட்ட
அம்முத்தத்தின் சத்தம்
வெறுமைச் சுவரில் பட்டுத் திரும்புகிறது
போர்க்களத்தின் பேரோலமாய்

ஸ்பரிசத்திலிருந்து
பருகப்படாத அது
ஒளியின் நேர்க்கோடென
காய்ந்து கிடக்கிறது

விழித்திருக்கும் நேரங்களில்
கதவடைப்பைச் செய்கின்றன
கானல் உதடுகள்

அசந்தர்ப்பமான வேளைகளில்
வளைந்த ஆடிகளாய் உறங்கும்போது
வெற்றிடத்தை நிரப்புகிறது
எப்போதோ பெற்ற
நம் முதல் முத்தம்.

சிறகு வளர்ந்த பட்சி

வார்களால் இழுக்கப்பட்ட தோலாய்
உன் இசைவுகளுக்கேற்ப
கட்டப்பட்டிருக்கிறது என்னுடல்

ரத்தம் தெறிக்கும் என்
துவாரங்களிலிருந்து வெளிக்கிளம்பும்
கயிறுகளின் நுனிகள்
உன் கைகளுக்குள்
சுருண்டிருக்கின்றன

அலையின் குறுக்குத் தக்கைபோல்
தளர்வும் விறைப்புமாய்
ஒலி எழுப்புகின்றன
உடலின் பரப்புகள்

உன் வாயிலிருந்து
புறப்படும் வன்மக் காற்று
திடவடிவில் திரண்டிருக்கிறது
ரோமங்கள் அற்ற
என் முலைகளின்மேல்

மெல்லக் குரலெழுப்பி
தொண்டை அதிர்விலிருந்து
நெருப்பெடுத்துக் கொள்கிறேன்

உருகத் தொடங்குகிறது
உன் விஷம்

உன்னிலிருந்து விடுபட்ட
சிறகு வளர்ந்த பட்சியாய்
பறந்து போகின்றேன்
உன்மீது கடந்து போகிறது
என் கறுத்த நிழல்.

இன்னொரு உலகம்

விளம்பரங்கள் ஏதுமற்ற
துணிப்பை ஒன்றுடன்
சருகின் லாகவமாய்
மெல்லப் பறக்கின்றேன்

சுருங்கிய பை சலசலத்து
உள்ளீடை நினைவுபடுத்துகிறது

கூறுகட்டப்பட்ட மேகத்தில்
கொஞ்சம் அள்ளி நிரப்புகிறேன்

என் சிறகுரசிப் பறந்தேகும்
கரும்புள்ளியிட்ட பறவைக்குஞ்சுகளை
முத்தமிடுகிறேன்

சூரிய கத்தியால் துண்டமிடப்பட்ட
சுருக்கம் நீங்கிய வானில்
ஒன்றிரண்டு எடுத்துக் கொள்கிறேன்

அழுகல் இல்லாத
பிஞ்சு நட்சத்திரங்களும்
புடைத்த பைக்குள்
சேகரமாகின்றன

நிலவின் காற்றைப் பிதுக்கியெடுத்து
ஊதாத பலூனாய்
உள்ளங்கைக்குள் இறுக்கிக் கொள்கிறேன்

எஞ்சிய
மலைச்செடியின் சூரியப்பழத்தையும்
இழுத்துப் பறித்துக் கொண்டு
தரையிறங்குகிறேன்

வானத்தின் ஓட்டை வழியே
உருகி வழிகிறது
இன்னொரு உலகத்தின்
ஒளிச் சாறு.

முதுகின் மேலொரு வீடு

திரண்ட சதைகளின் புறத்தோல் தேய
பாதரச அடர்த்தியாய்
முதுகில் அழுத்துகிறது
ஏதோ ஒன்று

கையைப் பின்புறம் திரட்டி
துழாவிப் பார்க்கிறேன்
தட்டுப்படுகிறது
இறுகச் சாத்திய வீடு ஒன்று

உச்சியில் ஒற்றைக்காலுடன்
ஓயாமல் அழும் காலப்பறவை

கருங்கல் பதித்த அறையின் உட்புறம்
சிந்திக் கிடக்கிறது
பூட்டப்பட்ட வீட்டின் சாவி

அறைகளின் குறுகலான வழிகளெல்லாம்
புகைபோக்கி செருகப்பட்ட
இருட்டறையில் திறக்கின்றன
இதயத்தின் ரத்த நாளங்களாய்

வாசக சாலையின்
அதிமதுரப் புத்தகங்கள்
கழிவுநீர்த் தொட்டிகளில்
பயணப்படுகின்றன

உயிர்பிதுங்கும் அவஸ்தையை
சகிக்க முடியாமல்
வெடிமருந்து எழுத்துகளைப்
பின்புறம் வீசுகின்றேன்

வெடித்துச் சிதறுகிறது வீடு
நிமிர ஆரம்பிக்கிறது முதுகு.

எழுத்தாசை

வெளித்தெரியும் கண்ணிவெடியில்
கால் பதித்திருக்கும் அவஸ்தை
அதனோடு வாழ்வது
எல்லோரிடமும் என்னை
அறிமுகப்படுத்தி வைக்கும் அதன்
குறுக்கீடுகள் அதிகரித்து விட்டன
என் ரகசியச் செய்கைகளிலும்
கோப்பையில் வழியும்
கருந்திரவத்தின் கசந்த போதையிலும்
என்னை முழுக்க நனைத்து
என் சுயநினைவுகளை
உறிஞ்சிக் கொள்கிறது
என் அந்தரங்க அறையில்
வடிகட்டாத காற்றாய்
நுழைந்து வெளியேறி
உலராத ஈரத்தில் பதிக்கும் அதன்
கால் தடங்கள்
கழிவறைகளில் அஞ்சுயையாய் இருக்கின்றன
பின்னிரவில்
சிலிர்ப்புகள் பூத்த என்னுடலில்
வெறியாட்டம் போடும் அதை
வெற்றிடத்தின் வாய்க்காலில்
அமிழ்த்தி விட்டுத் திரும்புகிறேன்
வரவேற்பறையில்
சம்மணமிட்டு அமர்ந்திருக்கிறது
தொலைத்துவிட்டு வந்த எழுத்தாசை.

பழஞ்சொற்களின் மரணம்

நானொரு பழஞ்சொல் சேகரிப்பாளி
நெடிய இரவொன்றில்
பாழ்மண்டபத்தின் புராதனநெடி வீசும்
சொற்கள் சேகரமாயின

காடுகளின் வழியே பயணிக்கையில்
ரகசியம் பிதுங்கும் அதிமர்மச் சொற்கள்
வேர்க்கசிவுகளோடு கிடைத்தன

பிறகு
சபிக்கப்பட்டிருந்த பாலைவனத்தில்
பதப்படுத்தப்பட்ட வாய்களின்
பற்கடிப்புச் சொற்களை
ஆழத் தோண்டுதலுக்குப்பின்
சேகரித்துக் கொண்டேன்

பசிய வயல்வெளிகளில்
தேவதைகள் தின்று வீசிய
கதிர்ப் பருக்கைகளோடு
சிந்திக் கிடந்தன சில சொற்கள்

சொற்கள் சேரச் சேர
முதுகுப் பை வீங்கிக்கொண்டே வந்தது

சுவாசத்தை வெட்டினாற் போலிருந்த
கணவாயைக் கடக்கும்போது
சொற்களின் புணரழுத்தம் தாங்காமல்
அவற்றை விட்டுவிட்டு
குறுக்கிட்ட நீரில் இறங்கினேன்

திரும்பிவந்து பார்த்தபோது
சொற்கள் தூக்கிலிடப்பட்டிருந்தன.

ஓட்டம்

சிக்கலான விதிமுறைகள்
கொண்டது
என்னுடைய ஓட்டம்

தோற்பவர் எவருமின்றி
வென்றுவிட வேண்டும்
வெல்பவர் எவருமின்றி
தோற்க வேண்டும்

பயண தூரத்தை
மனம் தீர்மானித்துக் கொள்ளலாம்
தொடக்க இடத்தில்
கால்கள் குறியிட்டுக் கொள்ளலாம்

பயணிக்க வேண்டிய
பாதையை
நதியோரமோ
வெளிச்சத்தின் சாயல் படாத
வனத்தின் வழியோ
சாம்பல் படிந்த
எரிமலைப் படிவுகளைக் கடந்தோ
ஆதித்தோட்டத்தின் அந்தரங்க வழியோ
கண்கள் தேர்ந்தெடுத்துக் கொள்ளலாம்

கடக்க முடியவில்லை எனில்
இடையில் இளைப்பாறிக் கொள்ளலாம்
காலத்தின் கைகளில்
நிறுத்துகடிகாரம் இல்லை

திரும்பிவரும் தூரம்கூட
முன்னோக்கிய பயணத்தில்
சேர்த்துக் கொள்ளப்படும்

ஓட்டத்தை முடித்து வைக்க
கையசைவுகளோ
கொடியசைப்புகளோ
ஏதுமிருக்காது

பின்
எவை என்னைத்
தீர்மானிக்கும்
நான் இல்லாதபோது
என் தொடக்க இடத்தில்
குவியும்
உங்கள் காலடித் தடங்கள்.

வனத்தின் வழியனுப்புதல்

வெடிகனியின் உலர்விதைபோல்
வருகையை முன்னறிவிக்காமல்
பறந்து உன்னுள் விழுகிறேன்
திடுக்கிடாமல்
தளிர்வாசலை உட்புறம் திறக்கிறாய்
கண்பாவை விரியாமல்
மெல்லிய இருட்டு பழக்கமானதும்
சுவர்களால் கட்டுறாத அறைகளை
ஒவ்வொன்றாகக் காட்டுகிறாய்
நகலெடுக்க இயலாத
ஒலிப்பேழையின் ஆதி இசை
உன்னிடம் நிரம்பி வழிகிறது
சகல பட்சிகளின் இணைகள்
உன் முதுகைத் துளைத்துப்
பறந்து செல்கின்றன
சரசரவென உட்புறம் உன்னை
அரிந்து காட்டுகிறாய்
மண்ணுக்கு முந்திப் பிறந்ததைக்
காட்டுகின்றன வயதுக்கோடுகள்
மெல்ல உன் பச்சையம்
என்மீது பரவத் தொடங்குகிறது
விடுபட்டு வேரின் நீர்க்கண்ணாடியில்
உருவம் பார்க்கிறேன்
முளைத்திருக்கின்றன
தலையில் நுனிமொட்டும்
அடியில் கிளைவேரும்.

மரணித்தவனின் மிச்சம்

மழைக்காலத்தில் குரலெழுப்பும்
தவளையின் காற்றுப் பையாய்
துயரத்தால் பெருத்திருக்கிறது
மரணித்தவன் வீடு

வாழ்ந்த பொழுதுகளில்
அவனது கழிவிரக்கமும்
முற்றிய கொடுங்கோன்மையும்
இரத்தம் உறைந்த முதுகின் பின்புறம்
அலசப்படுகின்றன

விதவிதமான குரல்களில்
உருகி வழிகின்றன
உயிரின் இழப்புகள்

அசைவற்றவனின் ஆன்மா
சூடேறிய புகை வளையமாய்
கால வெளிக்குள் பயணிக்கிறது
ஒளிவேகத்தில்

இறுதி ஊர்வலத்தின்
சிந்திய பூக்களில்
அறுந்து தொங்குகிறது
வாழ்வின் இரகசியம்

உள்ளறையிலிருந்து
கழுவித் தள்ளும்
முற்றத்து நீரில்
தளும்பித் தெறிக்கிறது
மரணித்தவனின் மிச்சம்.

தீ எரியும் சத்தம்

உன் செய்கைகள் குறித்து
யாதொன்றும் நான்
கவலைப்படப் போவதில்லை
அதிர்ச்சியில் வாய் பிளந்த
நிலத்தின் ஆழங்களில்
என்னுடலைப் புதைத்திருக்கிறாய்
மெருகூட்டப்பட்ட கண்ணாடிப் பேழையுள்
என் வார்த்தைகளை நிரப்பி
கால்களுக்கிடையில்
உருட்டி விளையாடுகிறாய்
குளிர்ந்த என் மெய்ப்பாடுகளை
துர்நாற்றம் வீசும் வாயால்
ஊதி உடைக்கிறாய்
என் விழித்திரைகளில் எல்லாம்
உன் பிம்பம் குவிக்கப்பட்டிருக்கிறது
நான் இல்லாத உலகத்தில்
என்ன செய்ய முடியும் உன்னால்
நீ மோசமானவன்
புணர்ச்சிக்கும்
பலநூறு வழிகளை வைத்திருப்பாய்
உறுப்புகள் சுருங்கி
சலிப்பின் மேட்டில் அமரும்போது
புதைத்த இடத்தில் தோண்டுவாய்
உருமாறி யுகயுக ஆற்றலாய்
வெளிப்படுவேன்
மூடிகளற்ற உன் காதுகளால்
கேட்காமலிருக்க முடியாது
தீ எரியும் சத்தம்.

தாள்களின் நிர்வாணம்

என் கறுத்த ஆழங்களில்
உன் கசடுகள் படிந்தபின்
உறங்கிப் போகிறாய்
உன் அடியிலிருந்து உருகி
மழுங்கிய அலைகளின் பரப்பில்
தீர்ந்த கதைகளை எழுதுகிறேன்
உரத்த மஞ்சள் நிறத்தில்
எழுத்துகளின் மை ஒளிர்கிறது
முதுகின் கசகசப்பில்
புரண்டு படுத்தவன்
என் மின்னலின் அதீதத்தால்
தாக்குண்டு எழுகிறாய்
இயல்பாய் அத்தியாயங்கள் இடம்மாற
கருமுட்டையிலிருந்து
திருத்தங்கள் ஆரம்பிக்கின்றன
வார்த்தைகளின் முதுகு
ஒடிக்கப்படுகிறது
சொற்களின் அர்த்தங்கள்
பதுக்கப்படுகின்றன
உன் வஞ்சனை நீரால்
பெரும்பள்ளங்கள் நிரம்புகின்றன
ஒருவாறு உன் அமிலங்கள் வடிந்ததும்
எல்லாம் அடிக்கோடிட்டு
அழிக்கப்பட்டிருக்கின்றன
குறட்டை ஒலியோடு உறங்கும் உன்னை
ஏளனமாய்ப் பார்க்கிறது
அத்தாள்களின் நிர்வாணம்.

ஆதித்தாயின் கைரேகை

ஒளியூடல் கொண்ட அப்பிரதேசத்தில்
என் பெயர் அழைக்கப்பட்டவுடன்
முகத்திலறையும் காற்றைப்
பருகியபடி நுழைகிறேன்
பாம்புகள் இணைந்தடங்கும்
ஓசையினும்
மெலிந்துவிடுகிறது என் குரல்
ஆழ்கடலின் குளிர்நீரோட்டத்தை
ஒத்ததாயிருக்கிறது
என் நடையின் சாயல்
ஆடைக்கிழிசலைக் கையால்
மறைக்க முயன்று தோற்கும்
சிறுவனின் மருட்கை
என் தோலில் படிந்திருக்கிறது
கொடிகள் பின்னிய வழி
முற்றுப்பெற நிமிர்ந்து பார்க்கிறேன்
கல்லாய்ச் சமைந்து நிற்கிறது
ஆசிர்வதிக்கப்பட்ட அவ்விருட்சம்
ஆயிரமாயிரம் கால அழுத்தம்
கண்களில் வழிகிறது
அதன் உடல் முழுவதும்
காலொடிந்த குகை ஓவியங்கள்
குறிப்பெடுத்துக் கொண்டு திரும்பும்
என் கைகளில் சிவந்த பழமொன்று
அதில் அழுத்தமாய் படிந்திருந்தது
ஆதித்தாயின் கைரேகை.

இரட்டைக்கால் சிலுவை

இரட்டைக் கால்களுடன் நிற்கிறது
விநோதமாய் சிலுவைமரம்
கயிறுகளைக் கொண்டு உயர்த்தப்படும்
என் தலையில் சுற்றப்பட்டிருக்கிறது
உபயோகமற்ற லங்கோட்டுத் துணி
உதடுகளில் சிவப்பு வண்ணம்
என் கால்களும் விரிக்கப்பட்டு
கிளை முறியும் விசையுடன்
இறக்கப்படுகின்றன ஆணிகள்
நெருப்புக் குழம்பெனப் பரவுகிறது
செஞ்சூடான இரத்தம்
நான் எதையும் முணுமுணுக்கவில்லை
மலையின் நெளிந்த பாதையில்
நீண்டிருக்கிறது வரிசை
அவரவர் விரும்பியபடி
ஆணிகளால் நிரப்பப்படுகிறது
என்னுடல்
நிர்வாணம் கரைந்த புளிப்புநீர்
வாயில் பட்டதும்
என் திரைச்சீலை இரண்டாகக் கிழிகிறது
திருப்தியுடன் திரும்பிச் செல்லும்
உம்மை எதிர்கொள்கின்ற
சந்ததியின் குறிகளிலெல்லாம்
ஆணித் தழும்புகள்.

சாத்தியக் கூடல்

என் அறைக்குள் பிரவேசிக்கும்
உன் விழித்திரையில் பதிகிறது
வியப்பின் பிம்பம்
நாற்புறமும் சுவர்களற்ற
அறையும் அமையக்கூடும் என்பதில்
குழப்பமுறுகிறாய்
உன் வருகையின் வெளிச்சம்
கதவுகள் எவையும்
பொருத்தப்படாததை அறிவிக்கிறது
கூரையிலிருந்து
நட்சத்திரங்கள் கொட்டுகின்றன
நாயின் தோலாய் வழுக்குகிறது
காலடியில் தரை
உன் செல்களின் உட்கருக்கள்
நீளத் தொடங்குகையில்
தும்பிகள் திரியும் வெளி
உன்னை வெட்கமுட்டுகிறது
உயிருள்ள மரங்களால்
அலங்கரிக்கப்பட்ட என்னை
குளிர்விக்கப்பட்ட கண்ணாடித் திரவம்
திரைச்சீலையாய்த் தொங்கும்
உன்னிருப்பிடத்திற்கு அழைக்கிறாய்
முகச்சதை அதிரச் சிரிக்கிறேன்
தெருவோரக் கல்லில்
குறியைக் கூர்தீட்டிக் கொள்ளும் உனக்கு
கூடல் எங்கேயும் சாத்தியம்.

இரகசியங்கள்

இரகசியங்கள்
அதி அற்புதமானவை
முத்தத்தின் கசந்த போதையோடு
எப்போதும் என்னிடம்
சேர்ந்துகொண்டே இருக்கின்றன
நிபந்தனைகள் ஏதுமின்றி
எல்லா இரகசியங்களையும்
எல்லோரிடமும் சொல்லிவிடுகிறேன்
உடல் இணையும் தருணத்தில் அரும்பும்
நீலவியர்வையாய்
ஒளிர ஆரம்பிக்கின்றன அவை
வலியைச் சுழன்றடிக்கும்
மாதத்தின் இரத்த நாட்களைப் போல்
மீண்டும் சில இரகசியங்கள்
மேலேதாய்ப் படிகின்றன
என் வண்டல் சமவெளியில்
உடனுக்குடன் அப்புறப்படுத்தப்படும் அவை
தேமலின் சிவந்த நிறத்தோடு
வெளியெங்கும் சுற்றித் திரிகின்றன
இரகசியங்களெனும் பிரக்ஞையற்று
ஆனாலும்
விரிசலுற்ற மனத்தாழிக்குள்
ஒளிந்து கிடக்கின்றன
ஓராயிரம் சுயரகசியங்கள்.

காதலற்ற கோடைக்காலம்

முதிர்ந்த வெயிலால் நிரம்பியுள்ளன
யாருமற்ற வீதிகளின் பள்ளங்கள்
கானல்நீரைக் கவிழ்த்தபடி
நீண்டு கிடக்கிறது நெடுஞ்சாலை
உடல் முழுவதும் கைகளையேந்தி
தாகம் தணிக்கச் சொல்கிறது
நெளிந்தோடும் நதி
வறட்சியால் ஒடிந்து விழுந்த
மலைகளின் நிழல்களிலெல்லாம்
அனல் எரிந்த புகை
கொண்டாட்டத்துடன் மலர்களை உதிர்த்த
செம்மரங்கள்
கழன்றுவிழும் இலைகளைக்
காணச் சகியாமல் தேம்பியழுகின்றன
பறவைகளின் சிறகசைப்புகளை
எங்கேயும் கேட்கமுடியவில்லை
தொங்கிய முகத்துடன் அலையும்
மனிதர்கள் யாரும்
யாருடனும் பேசிக்கொள்வதில்லை
மண்புழுக்கள் கருமுட்டைகளை
எங்கு இடும்
இப்போதும் ஆச்சர்யமாக இருக்கிறது
எப்படித் தேர்ந்தெடுத்தாய்
இந்தக் கோடைக்காலத்தை
என் காதலை நிராகரிக்க.

யோனிகளின் வீரியம்

பலகோடி ஆண்டுகள்
கழிந்தொரு பரிணாமத்தில்
உபயோகமற்று
உன்குறி மறைந்துபோகும்
அக்கணத்தில் புரியும்
உன் சந்ததிகளுக்கு
எம் யோனிகளின் வீரியம்.

புத்தகப் பறவைகள்

விற்காது மீந்த பறவைகளைத்
திரை கிழிந்த அலமாரியில்
அடுக்கி வைத்திருக்கிறேன்
சமயங்களில்
தாய்மை ஊற்றெடுக்க
அவற்றின் சிறகுகளைக் கோதிவிடுவேன்
வரத் தாமதமான
மழைநாளின் இரவொன்றில்
இரத்தம் சொட்டச் சொட்ட
கீழே விழுந்து கிடந்தது ஒரு பறவை
மயிர்க்கால்களோடு பிடுங்கப்பட்ட
அதன் இறகுகள்
கழிவுக்கூடையில் சுருண்டு கிடந்தன
தூக்கத்தின் கைகளில் அகப்படாத
இரண்டு சிறுவர்கள்
பறவைகளை எரித்த நெருப்பில்
குளிர் காய்ந்து கொண்டிருந்தனர்
எஞ்சியவை
இருட்டில் மிளிரும் கொடூர விலங்கின்
கோரப்பார்வையைச் சிந்தின என் மேல்
பறவைகள் பறவைகளாகாமல் இருப்பதன்
இரகசியம் புரிந்தது எனக்கு.

தண்டவாளமும் இரு காதலர்களும்

பச்சை ஒளி பரவசமூட்ட
தெளிந்த வானத்தில் ஆழ்ந்தவாறு
கற்பூக்களின்மேல் படுத்திருந்தேன்
சற்றுத் தள்ளிப் பரவியிருந்த புல்திட்டில்
இருவர் அமர்ந்திருந்தனர்
காதலர்களாக இருக்கக் கூடும்
பூவிரியும் சூட்சுமத்தோடு
அவன் விரல்களில் சொடுக்கெடுத்தாள்
ஒவ்வொரு சொடுக்கிற்கும்
காற்றில் அவன் உதடு குவிக்கையில்
வெட்கத்தின் சரிகை அவள் முகத்தில்
உரத்த குரலில் அவன் ஒரு
கவிதை வாசித்தான் போலிருக்கிறது
கோடைமழையில் நனைந்த
வெடிப்பு நிலமாய் இலகுவானாள்
வெகுநேரம் கெஞ்சிக் கொண்டிருந்த
அவன் உதடுகளில் முத்தத்தின் ஏமாற்றம்
பின் எதுவும் பேசிக் கொள்ளவில்லை
பின்புறத்தைத் தட்டியபடி எழுந்த அவர்கள்
என்னைச் சமீபித்து என் மடியில்
தலை உயர்த்திப் படுத்துக் கொண்டனர்
அமைதியாக இருந்த என்னை
விநாடியில் புணர்ந்து போட்டது ரயில்
காதலின் வலிமையைச் சொல்ல
காதலர் வலிமை
தன்னை சுயபலியிட்டுக் கொள்கிறது.

வலியறிதல்

தார்ச் சாலையின் காதலி நான்
இருளின் நிறத்தில் கரைந்து நிற்கும்
அதன் யௌவனம்
என்னைக் கிளர்வூட்டுகிறது
பிசிறு நீக்கிய ஓவியத்தின் நளினமென
அடர்மரங்களோடு நெளிந்து செல்லும்
அதன் உயிரோட்டம்
என் பருவங்களை உடைக்கிறது
தன்னை நகர்த்தாமல் என்னை நகர்த்தும்
மாயத் தோற்றம்
கண்களைக் கூசப்பண்ணுகிறது
அருகமைந்த அறைக்கு உள்ளிலிருந்து
ரசித்துக் கொண்டிருக்கிறேன்
குளிர்ந்த மழையில்
அது வெற்றுடம்போடு குளிப்பதை
வெப்பத்தில் உடலுலர்த்திக் கொள்வதை
உயிர்களை விழுங்குகையில்
ஆண்வாசனை வீசும் அதன்
நடுக்கமுற்ற மார்பில் முத்தமிடுகிறேன்
அளவுகூடிய மின்கசிவாய்
என் உதடுகளில் பரவுகிறது
தார்ச்சாலையின் ஊமைவலி.

குதிகால் உயர்ந்த செருப்புகள்

மின்னொளியால் ஒப்பனையூட்டப்பட்ட
பிம்பங்களைப் பெருக்கும் கண்ணாடி அறையில்
வைக்கப்பட்டிருக்கின்றன
குதிகால் உயர்ந்த செருப்புகள்
தலைகீழாய்த் தொங்கும் அவை
வரிசையிலிருந்து விலகி
பிரவேசிக்கும் கால்களை உள்வாங்குகின்றன
கச்சிதமற்றவை
மீண்டும் அறையில் தொங்குகின்றன
அவற்றின் விருப்பமெல்லாம்
உயர்ந்த மேடையில் நடைபழகுவதும்
பருத்த பின்புறங்களை உயர்த்துவதும்
வெள்ளோட்டத்தில் அழுக்கடைந்தவை
மெருகேறத் துடைக்கப்படுகின்றன
வெளிச்சத்தில் நிராகரிக்கப்பட்டவை
மின்னோட்டம் தடைபட்ட இரவுகளில்
தேர்ந்தெடுத்துக் கொள்கின்றன
தமக்கான கால்களை.

அம்மா

உயிர்மை ததும்பும் என் குரலால்
உன்னை அழைக்கின்றேன்
கொய்தமலரைப் போல் மகிழ்ந்திருந்த
உன் கன்னங்கள் சுருக்கமுற
பாதுகாக்கப்பட்ட வனத்தின் இசையாய்
மௌனம் காக்கிறாய்
இரத்தப் பிசுபிசுப்போடு துடித்து விழுந்த
என் முதல் கவிதையை
உன் காலடியில் இடுகின்றேன்
வெடிப்புற்றுக் குருதி வழியும்
உன் பாதங்களை உலர்ந்த
என் மயிரால் துடைத்த பின்னும்
உள்ளிழுத்துக் கொள்கிறாய்
எனக்குத் தெரியும்
நான் நசுக்கிப் போட்ட
உள்ளார்ந்த உன் கனவுகளை
நீ தேநீர் தயாரிப்பதும்
பதார்த்தங்களை ருசி பார்ப்பதும் போல
எழுதுவதும் வேலையாயிருக்கிறது
உடலில் ஒட்டிய மகரந்தங்களைத்
தட்டிவிட்டுப் போகும் யதார்த்தத்தோடு
மலைகள் சூழ்ந்த கிராமத்தையும்
உன்னையும் விட்டுப் போகிறேன்
எங்கோ உன் சாயலான பறவை
பெருங்குரலெடுத்து அழுகிறது.

தெருஓவியனும் புத்தனும்

கரும் திராட்சைப் பழங்கள்
போலிருக்கும் அவன் கண்களில்
இரசவாதத்தின் சூட்சுமங்கள் ஒளிர
அழுக்கடைந்த அவ்விடத்தைத்
தேர்ந்தெடுக்கிறான்
வாயின் காற்றினால்
குவிந்த பெருந்தூசுகளை ஊதி
வரைவதற்கு வாகாய்க் கட்டமிடுகிறான்
காகிதங்களைக் கொளுத்திய கரியில்
ஓவியம் ஒன்று உயிர் பெறுகிறது
பருவக் காற்றுகள் சுழன்றடிக்க
கனத்த மழை பொழிகிறது
பறவைகள் ஒடுங்குகின்றன
குளிரின் கனம் தாங்காது
கருத்த மேகம் தரையிறங்குகிறது
மழையில் நனைந்த மடந்தை ஒருத்தி
உடலொட்டிய ஆடையுடன்
மரத்தினடியில் ஒதுங்குகிறாள்
சலனமற்று அமர்ந்திருக்கிறான் புத்தன்
வரைந்து முடித்தவன்
நாணயங்கள் வீசப்பட்ட அவ்விடத்தை
இன்னொரு புத்தனாகிக் கடந்து போகிறான்.

கடலளவு

இருள் குடித்த புறநகர் ஒன்றின்
கடைசி இரயில் நிறுத்தத்தில்
காத்துக் கொண்டிருக்கிறேன்
அதிவிரைவு வண்டிகள்
என்னைக்
கடந்த வண்ணமிருக்கின்றன
அவற்றிலிருந்து கிழிந்த வெளிச்சமும்
கெட்டித்துப் போன இருட்டும்
புலியின் வரிகளாய்
என்மீது படிந்து நகர்கின்றன
முந்தைய நிறுத்தத்திலிருந்து
கடத்தி வரப்பட்ட காற்று
என் மேலாடையை
அலைக்கழித்தபடி செல்கிறது
நான் நிற்பதன் பிரக்ஞையற்று
எதிரும் புதிருமாய்
இயங்குகின்றன பல வண்டிகள்
போதையில் சிக்கிய கண்ணாடி வண்டென
அகப்படாமல்
பறந்து செல்கிறது பச்சையொளி
இரயிலை நிறுத்தும் வழியறியாது
கல்லிருக்கையில் அமர்ந்து கண்மூடுகிறேன்
காலடியில் உறைந்து கிடக்கிறது
கடலளவு இரத்தம்.

ஆத்ம தோழி

புரவியின் மினுமினுப்போடு
என்னை முத்தமிட்டு எழுப்புவாள்
குளிப்பாட்டி என்னுடல் முழுக்க
அலங்காரப் பூச்சிடுவாள்
எங்கிருந்து வருகிறாள்
எங்கு போகிறாள் தெரியவில்லை
அவள்தான் மலைகளுக்கப்பால்
என்னுயிரை வைத்திருக்கிறாளாம்
அப்பள்ளத்தாக்குகளின் முரட்டுச்சுவர்களில்
பட்டுத் திரும்பும் குரல்
என்னுடையதாம்
மலைப்பயணம் குறித்தான ஆவலை
வெளியிடும் போதெல்லாம்
ஆற்றங்கரை மண்மேடுகளையும்
கிளைகளில் தொங்கும் காற்றையும்
சொல்லித் திசை திருப்புவாள்
காலடியில் நழுவும் குழிகளும்
கெட்டித்துப் போன சொற்களும்
என் கேவலை அதிகரிக்கின்றன
தடித்த என் துக்கம் தாளாது
தொலைவிலிருக்கும் மலைப்பாதையை
அடையாளம் காட்டுகிறாள்
ஒருவேளை
நீங்கள் இதைப் படித்து முடிக்கும்போது
என்னை நான் அடைந்திருக்கலாம்.

உப்பின் சுவையூறிய காதல்

தயக்கத்தின் முட்டைகள்மீது
அமர்ந்திருக்கிறது நம் காதல்
எங்கோ ஓரிடத்தில்
மென்மையின் நரம்புகள் பூட்டப்பட்ட யாழை
நீ மீட்டிக் கொண்டிருக்கலாம்
என் வருத்தங்கள் யாவும்
கால் நனையாமல் நீ உலவும்
கடற்கரைப் பொழுதுகள் குறித்துதான்
உயரத்தில் பூக்கும் கள்ளிப்பூக்களை
உனக்குக் காட்டியிருக்கிறேன்
கடலில் குதித்துக் கரையேறும் சிறுபுயலை
உள்நின்று அறிமுகப்படுத்தியிருக்கிறேன்
காமம் துளிர்விடும் சாயுங்காலம்
சருகுகள் பூத்துக் கிடக்கும் சாலைகளை
நத்தையின் கால்கொண்டு கடந்திருக்கிறோம்
கொடூரமாய்ப் பறக்கவிடப்பட்ட என்னுடலை
சொல்லின் கனத்த நங்கூரத்தால்
பிணைத்தபோதெல்லாம்
நீயும் உடனிருந்தாய்
பசியின் பழச்சாற்றினை நீ அருந்துகையில்
புத்தகங்களைப் பரிசளித்திருக்கிறேன்
இப்போதும் நீ பற்றியிருக்கும்
பிரியத்தின் கோப்பைகளில் மிதக்கின்றன
என் கவிதைத் துண்டங்கள்
வேறு எப்படிச் சொல்லச் சொல்கிறாய்
உப்புக் கரிக்கும் என் காதலை.

ஊழிப் புன்னகை

இதழ் சிதையாச் செங்கழுநீர் மாலை
மார்பிலே தவழ்ந்திருக்க
வெண்ணிறமான அகில்புகை
கூந்தலிலிருந்து மேலெழும்புகிறது
கரும்பும் வல்லியும் வரையப்பட்ட
அகன்ற தோள்கள்
சந்தனப் பூச்சினால் பளபளக்கின்றன
உயர்ந்த இளங்கொங்கையின்மேல்
மெல்லிய பற்தடங்கள் அமிழ்கின்றன
பொற்கலத்தின் வெண்சாத்தைப்
பிசைந்து அவள் ஊட்டுகிறாள்
மெருகேறிய கரும்பாறை முற்றத்தில்
குழந்தைகள் இரண்டு விளையாடுகின்றன
தூரத்தில்
காமம் தீர்ந்த ஒருவன்
வனப்பழிந்து வந்து கொண்டிருக்கிறான்
நெருங்கியவன்
சவுக்குப் படலில் கையூன்றி
கண்களால் துழாவ
சிலம்புகள் ஏதுமற்ற அவள் கால்கள்
அவனைப் பரிகசிக்கின்றன
இரட்டைமுலைகள் அதிர
அவள் இதழ்களில் தெறிக்கிறது
ஊழிப் புன்னகை.

பெரும்பாம்பு

கூடலின் பிந்தைய அமைதியை
துடைத்தெறிந்து ஒலிக்கிறது தொலைபேசி
விரல்களால்பற்றிக் காதோடு இழைக்கிறேன்
அதன் துளைகள் வழியே
பீறிடுகின்றன எண்ணற்ற பாம்புகள்
நொடிப்பொழுதில் சட்டைகளை உரித்து
கண்ணி ஒன்றைப் பின்னுகின்றன
பிளவுபட்ட நாக்குகளால்
உறுப்புகளைத் துழாவி ருசிக்கின்றன
என்னுடலெங்கும்
பிசுபிசுப்பான செதில் தடங்கள் பரவ
முட்டையிடவும் குட்டியீனவும்
இடம் தேடித் திரிகின்றன
கலவியுறாத செழித்த பாம்புகள்
என் கருத்த தசைகளின் மேல்
பற்களை அழுத்துகின்றன
விஷத்தில் குளித்த எழுத்துகள்
நீலம்பூத்த என் தோலிலிருந்து
நுரைத்துப் பொங்க
எல்லாப் பாம்புகளையும் விழுங்குகின்றேன்
நானே பெரும்பாம்பாகி.

புகையும் சாம்பல்

பனைகள் நிரம்பிய முரட்டு வெளியில்
பூ உதிர பிஞ்சு உதிர
ஒலித்து அடங்குகிறது குரல்
புதுமொந்தையின் நிறச்சோறு தீர
துக்கத்தைக் கடந்தவன் போல்
விறைத்த சடலத்திற்குத் தீயிடுகிறான்
நெருப்பின் காமம் தோலாடையை உரிக்க
வெண்தசைகள் பளிச்சிடுகின்றன
சூட்டின் வலிமை நரம்புகளைச் சுண்ட
உறுப்புகளை உயர்த்துகிறது
சுடப்படுகின்ற உருவம்
நீண்ட கோலினால் தட்டுகிறான்
முகத்தில் தெறிக்கின்றன நெருப்புத் துளிகள்
சிதையின் பக்கங்களைக்
குத்திக் கிளறுகிறான்
வண்டல் நிறத்தில் உருகுகிறது உடல்நெய்
ஆகாயக் கழுகின் வட்டமிடல் போல
இரவு முழுவதும் சுற்றிச் சுழல்கிறான்
மதுவின் கிறுகிறுப்பும் காற்றின் நெடியும்
அவனைக் கீழே தள்ளுகின்றன
ஆறடி நீளத்திற்குப்
புகைந்து கொண்டிருக்கிறது சாம்பல்.

என் கிராமத்தின் ஓவியம்

பெரும்பாறைக் குன்றுகள் சூழ்ந்த
என் வெப்பமுற்ற நிலங்கள்
புவியதிர்ச்சியின் வெடிப்பினைப் போல
பிளவுற்றிருப்பதை எப்படிச் சகிப்பேன்
உளுந்துச் செடிகள் கைகளில் சிராய்க்க
புல்லறுத்துக் கட்டிய சுமைகளுக்கு
கூப்பிய இருகை ஏந்தி
கூலியாய்க் குடித்த பழங்கஞ்சியின்
அடர்ந்த கந்தகச் சுவை
நாளமறுந்த சுரப்பினைப் போல்
உடலெங்கும் பரவிக் கிடக்கிறது
பழகிய விலங்குகள் இறந்து போகையில்
சுமந்து சென்று புதைத்துப் போட
வீசிய ஒருபடி நெல்லும் பதராகி
பட்டினியால் புரண்டதும் நினைவிலாடுகிறது
எட்டாத தொலைவில் நின்று
பனையோலைகளில் தேநீர் அருந்துகையில்
உதட்டிலிருந்து வழியும் சாதியின் வலி
காலணிகளற்ற பாதங்களை நனைக்க
என் கிராமத்தின் ஓவியம்
தன்னைச் சட்டமிட்டுக் கொள்கிறது
ஒருபோதும் உறங்காத ரெட்டை வாழிடத்தில்.

மனிதம்

கரையில்
சிந்தியவற்றை
அள்ளிச் சென்று
நதியில்
விடுகிறேன்
நீந்தி
மறைகின்றன
கூழாங்கற்கள்.

செந்நிறம்

முற்றாத கர்ப்பத்தின்
உதிர்ந்த குழந்தையைப் போல்
அமைதியுற்றிருந்தது அத்தேர்வறை
கால்களின் வலி தரையில் பரவ
இருக்கைகளின் இடைவெளியூடே
உலவிக் கொண்டிருந்தேன்
தாள்களைப் புரட்டும் ஒலியும்
எழுத்துக்களின் சரசரப்பும்
என்னுடனே நடந்து வந்தன
அவ்வேளை
எழுதுவதை அவள் நிறுத்தியிருந்தாள்
கோடைக்காலத்தின் வெப்ப அலையைப்போல்
பூச்சுகளற்ற அவள் தேகம்
நடுக்கமுறத் தொடங்கியிருந்தது
அவள் கையிலிருந்து தொங்கிய விடைகளில்
நீலம் கசிந்து கொண்டிருந்தது
கண்திறவாத குட்டிகளாய்
அவள் பாதங்கள் ஒடுங்கியிருந்தன
அவள் கண்களின் குளிர்மை
ஒருதுளி தீக்காய் அலைய
நூல்களால் இழைக்கப்பட்ட என்
கைக்குட்டையை நீட்டினேன்
அவசரமாய் அவள் வெளியேற
அனைவரின் தாள்களும்
செந்நிறமாய் மாறத் தொடங்கின.

ஆயுதம்

சமன் செய்யப்படாத களத்தில்
புரவிகளோடு வந்திறங்குகிறாய்
முலாம் பூசப்பட்ட கவசங்கள்
உன் தேகத்தை மறைத்திருக்கின்றன
குளம்பொலிகளும் அடர்ந்த புழுதியும்
உன் பின்னணியைப் பலமூட்டுகின்றன

போருடை அணிந்தவன்
லிகிதம் ஒன்றை வாசிக்கிறான்
உன் நாடுகளில்
வெட்சிப்பூக்கள் மலிந்திருப்பதை
என் பாறை நிலங்களில்
கரம்புகள் மிகுந்திருப்பதை

கண்கொண்டு பார்க்கிறாய்
என் வெறுங்கைகளையும்
வீரர்கள் யாருமற்ற பின்புறத்தையும்
வியூகம் உன்னைக் குழப்ப
எக்காளத்துடன்
தொடங்குகிறது போர்

பரிவாரத்துடன் நீயும் தனித்த நானும்
முன்னோக்கி நடக்கிறோம்
பளபளக்கும் உறைவாளைத் தவிர்த்து
குறுவாளை என்மீது வீசுகிறாய்
பட்டுத் தெறிக்கிறது இரண்டாக
நான் சதையாலான ஆயுதம்.

இரவுகளைப் புணர்தல்

இரவுகளைப் புணர்ந்து திரியும்
கள்ளத்தனமான விலங்கினைப் போல
மிகவும் மோசமானவளாக அறியப்படுகிறேன்
இரண்டாகக் கிழிதலுற்ற என்முகம்
சலனமடங்கிய யுத்த களத்தின்
கந்தலாடையாய் நசிந்திருக்கிறது
பருவநாணில் பூட்டப்பட்ட என்குரல்
ரணங்களை மென்று விழுங்கிய
துயரத்தின் ஒலியோடு பயணிக்கிறது
காம்பிலிருந்து விடுபட்டு
வெடித்துச் சிதறும் துரியன் பழங்களென
நாற்றமெடுக்கின்றன வார்த்தைகள்
எரிமலையின் நெருப்புக் குழம்பு
இறுகிக் கிடக்கும் கோர வடுவாய்
குவிந்திருக்கிறது என் தேகம்
வழக்கொழிந்த வரைபடத்தில்
உறைந்த இரத்தத்தின் மீது
படிந்திருக்கிறது என் இருப்பிடம்
வெயில் வீசும் செங்குத்தான மலைச்சரிவில்
உன்னோடு பகிரவென்றே
செதுக்கப்பட்டிருக்கிறது
என் கற்படுக்கை
என்றாலுங்கூட
வளர்ந்து கொண்டுதானிருக்கின்றன
என் யோனி மயிர்கள்.

மீட்சி

வாகனங்கள் விரையும் சாலைகளில்
பெருத்த வயிற்றுடன் திரிவாள்
நிர்வாண ஆடையின் குறுகுறுப்பு
அவளுள் கிளர்ந்ததில்லை
ஓடும் கழிவுநீரின் ஏடழித்து
நதியின் சுவையொடு பருகுவாள்
நிறம் தப்பிய கூந்தலில்
மலரின் உலர் இதழ்கள் மின்னும்
அவள் இருக்கும் இடங்களில்
பாலிதீன் உறைகளின் கசங்கலோசை
தேங்கி நிற்கும்
சமயங்களில்
தொங்கிய முலைகளின் முனை கிள்ளி
விஷமெடுத்துக் கொண்டிருப்பாள்
மீந்த பருக்கைகளைத் தரையில் தேய்த்தபடி
ஓயாமல் பேசுமவள் சொற்களின் கோவை
இசைப் பாடலொன்றை நினைவூட்டும்
இரவுகளில் புழக்கமற்ற கட்டடத்தின்
இடிந்த சுவரோரம் உறங்கிப் போவாள்
விடிந்ததும் கிழிந்த யோனியோடு
மீண்டுவரும் அவள் கைகளில்
எண்ணற்ற விரைப்பைகள்.

தீரா உயிர்

ஒலியற்ற ஓசைகளால் நிரம்பியிருந்தது
அவ்வறை
பெருமழையின் ஈரத்தில் சரிந்துருண்ட
ஒரு மலைப் பாறையைப் போல்
உயர்த்தப்பட்ட கட்டிலில் அமர்ந்திருந்தார்
உயிரோடு பிணைந்திருந்த அவரது உடல்
பூப்பொதியினும் மென்மையுற்றிருந்தது
அடித்தோலின் சுரப்பிகளெல்லாம்
பொன்னிறமாய் மேலே திரண்டிருந்தன
மேனியில் படிந்திருந்த வெள்ளாடை
அறையின் பிரகாசத்தைக் கூட்டியபடி
என் விழித்திரையை வியப்பிலாழ்த்தியது
பழுப்புநிற நதியில் நீந்திக் கொண்டிருந்த
அவரது கண்கள்
முப்பரிமாணக் காட்சிகளில் தப்பியிருந்தன
நோயுற்றிருந்த சுவாசம்
ஆழமற்ற கடலின் அலைபோல்
மார்பின்மீது அசைந்து கொண்டிருந்தது
தீர்ந்த காற்றினை அவர் தேடுகையில்
என் ஞாபகப்பால் சுரந்து
கட்டிலின் கால்களை நனைக்க ஆரம்பித்தது
கொடூர விலங்கின் குளம்பொலி நெருங்கிவர
என் உயிரையெல்லாம் திரட்டிப்
பரிசாக நீட்டினேன்
அவரும் அவருடையதை நீட்டியிருந்தார்
அப்பாவின் உயிரோடு வாழ்வது
கடினமாயிருக்கிறது.

செந்நாரை முட்டைகள்

வெயில் தனது ஆயிரம் நாவுகளில்
வறட்டு நீரை உமிழ்ந்தபடி
வானத்தின் தெருக்களில் அலைகிறது
நெருப்பின் ஓய்வறை தேசத்திலிருந்து
அலகினால் காற்றைக் குடித்தபடி
இடம் பெயர்கின்றது
கால் நீண்ட ஒரு செந்நாரை
துக்கத்தின் விளிம்பில் கால் இடறும்போது
ஏந்திக்கொண்ட அன்பின் நதியில்
மல்லாந்து மூழ்கிக் களிக்கிறது
உடைப்பெடுத்த பருவத்தின் சுரப்பு
இறகுகள் வழியே பீறிட
கூச்செறிந்த நீர்
உடலின் வளைந்த கிளைகளில்
குதித்தோடிச் சப்தமெழுப்புகிறது
குறுக்கும் நெடுக்குமாய் உழுத
வயலின் செம்மையைப் போல்
தனது இணையைப் புணர்கிறது
நினைவுகள் பின்னிய காட்டில்
சிவந்த மலையின்
பறித்த கிழங்குகளென மின்னுகின்றன
இடப்பட்ட செந்நாரை முட்டைகள்
அம்முட்டைகளில் இரண்டு
என் முலைகளாகிக் கிடக்கின்றன.

உருமாற்றம்

கசட்டு நீரைப் பருகிவிட்டு
நடந்து கொண்டிருக்கிறேன்
இனங்காணப்பட்ட நிலங்களெல்லாம்
வெப்பப் பாலையாய்
வெம்மையுற்றிருக்கின்றன
பசலை நீங்கிய யுவதியைப் போல்
மதர்ப்படங்கி நிற்கின்றன மரங்கள்
வெள்ளொளிக்குள் உறைந்திருக்கும் ஊதா
வானெங்கும் வியாபித்திருக்கிறது
ஒருதுளி நிழலுக்காய்
கருத்த என் தேகம் ஏங்குகையில்
முகத்தில் மோதிச் சரிகிறது
வயிறு பெருத்த பட்டாம்பூச்சி ஒன்று
அதன் உடல் தடத்தைத்
தொட்டுப் பார்க்கிறேன்
உடலெங்கும் கொட்டுகின்றன
காமத்தினும் மெல்லிய நிறத்துகள்கள்
என்னிலிருந்து இறக்கைகள் வெளிப்பட
லீலிகள் பூத்திருக்கும்
பள்ளத்தாக்குகளின் மேல் பறக்கிறேன்
வெகுகீழே மிருகமொன்றை
வேட்டையாடிக் கொண்டிருக்கிறது
என்தோல் போர்த்திய பட்டாம்பூச்சி.

கூடைதல்

கட்டுறாத மார்பினைப் போல்
விறைத்திருக்கும் மலையின் கோட்டையில்
என்னை நீராட்டுகிறார்கள்
உலர்ந்த கூந்தலுக்குத் தைலமிட்டு
கற்பதித்த அணிகளை
உடலெங்கும் போர்த்துகிறார்கள்
அகிலின்புகை பரவிநிற்கும் மண்டபத்தில்
ஊஞ்சலாடுகிறது என் தேகம்
காந்தள் மலர்கள் நெருப்பாய்க் குவிந்திருக்கும்
சுனையின் கரைகளில்
செடிகளோடு நடக்கிறேன்
ஈட்டிகள் ஏந்திய வெற்பர்கள்
கண்ணசைவுக்காய்க் காத்திருக்கிறார்கள்
நீலப்பூ மலர்ந்திருக்கும் வானத்தில்
மஞ்ஞைகள் தலையுரசிப் பறந்து செல்கின்றன
தீவட்டிகள் உறங்கும் யாமம்
திரைச்சீலைகளற்ற அந்தப்புரத்தில்
விழுப்புண் மார்புடையவன்
மெலிதாக என்னைப் புணர்கின்றான்
களைப்பின் நீர் வடிந்ததும்
பழகிய முரட்டுப் புரவியிலேறிச்
சீராகத் தரையிறங்கிச் செல்கின்றான்
மேன்மாடத்துக் கூடைகிறது நிலா.

ஆடுகளை விற்றவன்

தையலின் தழும்புகளற்ற
கதகதப்பான ஆடையணிந்தவன்
செம்மறிகளை மேய்த்துச் செல்கிறான்
நீண்ட கோலின் தாளத்திற்கேற்ப
துரவுகள் நிறைந்த மேய்ச்சல் நிலத்தில்
அலைந்து திரிகின்றன ஆடுகள்
மழைக்காலத்துப் புறாக்களைப்
போலிருக்கும் அவை
சூரியன் உதிரும் தருணத்தில்
மாப்பிசையும் தொட்டியில் நீர்பருகி
சரிவிலிறங்கித் தொலைகின்றன
பற்கள் சரிபார்க்கப்பட்ட எஞ்சியவை
கயிறுகளுடன் கைமாறி
கிடைகளில் அடைக்கப்பட
கின்னர இசையில் மயக்கமுறுகின்றன
இரட்சிக்கப்பட்ட அவற்றின்
போஷாக்கான ரோமங்கள்
வேர்க்கால்களோடு மழிக்கப்பட்டு
வெள்ளிக் காசுகளுக்கு விற்கப்படுகின்றன
தூரத்தில் நடப்பட்ட சிலுவைமரத்தில்
மறுமுறை தொங்குகின்றான்
ஆடுகளை விற்றவன்.

கரை ஒதுங்கும் சிறுதாவரம்

நீ நிரம்பி வழியும் கடலின்
கரையொதுங்கிய சிறுதாவரமாய்
அலைவுறுகின்றேன்
ஓராயிரம் ஓங்கரிப்புகளுடைய
உன் அன்பின் அடிவாரத்தில்
காலூன்றிக் களித்திருந்த நாட்களில்
நீ கரைந்த உன்னில்
பருவம் பருவமாய் மூழ்கி
காதலின் முத்துகளைச் சேமிக்கிறேன்
குளிரும் சுழலும் உள்குமைந்து
உன்னை உருமாற்றிய கணத்திலும்
அலை இதழ்களால் என்னை
முத்தமிட்டுச் சென்றிருக்கிறாய்
உன்னையும்
நுரைத்துப் பொங்கும் காதலையும்
இழத்தல் என்பது
ஒப்பீடுகளற்றது என்னும் தருணத்தில்
காலத்தின் நங்கூரம்
என் வேர்களைப் பறிக்கிறது
உன்னிலிருந்து கிளம்பி
உன்னிலேயே பயணித்து
உன் கரையிலேயே ஒதுங்கிய
என் காதலின் பெருவாழ்வு
இன்னொரு முறை வாய்க்கட்டும்.

அவளை மொழிபெயர்த்தல்

சுருட்டிய காகிதமென
வெளிச்சம் வீசப்பட்ட படுக்கையறையில்
உறக்கம் கலைகிறார்கள்
இசைக் குறிப்புகளற்ற
பாடலைக் கேட்டு
சிறுபறையைக் கையிலேந்தி
தாளமிட்டவாறு
மெலிந்த பின்புறங்கள் அசைய
அவள் கடந்து போகிறாள்
பிறந்த குழந்தையின் பிறப்புறுப்பை
எட்டிப் பார்க்கும் ஆவலுடன்
என்னிடம் வினவுகிறார்கள்
அப்பாடலின் பொருள் வேண்டி
பசியை உண்டு
பசியைக் கழிக்கும் வறுமையையும்
தீண்டாத காற்றால்
தெளிக்கப்பட்ட அவள் இருப்பிடத்தையும்
ஒடுக்கப்பட்ட அவள் இனத்தையும்
மொழிபெயர்த்துச் சொன்னபோது
நான் அவளாகி இருந்தேன்.

கைம்மாறு

தோலினால் அடி தைக்கப்பட்ட
கூடையுடன் அவள் கிளம்புகிறாள்
முனை மழுங்கிய இரும்புத் தகடும்
சேகரிக்கப்பட்ட சாம்பலும்
அவள் கைகளில் கனக்கின்றன
மனித நெரிசலில் திணறும்
வீடொன்றின் பின்புறம் வந்துநிற்கிறாள்
பார்வையில் படுகிறது
ஆணியில் சுழலும் சதுரத்தகடு
ஒற்றைக் கையால் அதை உயர்த்தியபடி
சாம்பலை அள்ளி உள்ளே வீசுகிறாள்
பின்
துளையின் முரட்டுப் பக்கங்களில்
முழங்கை சிராய்க்க
இடவலமாய்க் கூட்டிக் கூட்டி
கூடையில் சரிக்கிறாள்
நிரம்பிய கூடை தலையில் கனக்க
நெற்றியில் வழியும் மஞ்சள்நீரை
புறங்கையால் வழித்தபடி
வெகுஜியல்பாய்க் கடந்து போகிறாள்
அவளுக்காக என்னால் முடிந்தது
ஒரு வேளை மலம் கழிக்காமலிருப்பது.

ஏழுகடலும் ஒரு மலட்டுக்குறியும்

மின்மினிப்பூச்சிகள் மிகுந்த அடர்வானின்
பச்சை வெளிச்சத்தில்
கூடல் ஒன்று நிகழவிருந்தது
முன்னர் நிகழ்ந்தவை எல்லாம்
வெம்மையைக் கிளறிவிட்டுப் போகும்
பருவம் தப்பிய மழையின்
சாயலுடையதாகவே இருந்தன
பருவச்சாற்றில் அரும்பிய மலரென
அவனுடல் மேலெழும்பி நுரைக்கிறது
மகரந்தநெடி பரவியிருந்த
அவன் தேகம்
வெளுத்த பாளையாய் வசீகரிக்கிறது
சுழலும் காற்றாடியைப் போல் எனக்குள்
அவனைச் சுழற்றத் தொடங்கினேன்
இறக்கைகளை இழந்து
புள்ளியில் மறைய ஆரம்பித்தோம்
காற்றாடி
வெளியின் நிறத்தொடு கட்டுண்டிருந்தது
கூடலின் முதல் விதியை
அவனது உடல்குளத்தில் துவக்கினேன்
அவன் திகைத்து விலகி
ஏழுகடல் தாண்டி மரமொன்றின் உச்சியில்
மாட்டியிருந்த மலட்டுக்குறியை
எடுத்துவரக் கிளம்பினான்
பின்
எப்போதும் அவன் வரவில்லை.

தாய்மை

செதுக்கப்படாத
கல் ஒன்று
புரண்டு புரண்டு
படுக்கிறது
இன்னொரு கல்லைச்
செதுக்கிக்கொண்டே.

சாத்தானின் நிறம்

அன்று
மழை பெய்துகொண்டிருந்தது
அறையிலிருந்து என்னைப்
பெயர்த்தெடுத்துக் கொண்டு
மழையில் நனைகின்றேன்
வன்புணர்வின் வலியைப் போல்
நீர்த்துளிகள் எனக்குள் இறங்குகின்றன
தெருவோரக் கூடலைக்
கடந்து வந்த காற்றாய்
அதிர்வடைகின்றது என்னுடல்
மெல்லிய கயிற்றின்மேல் நடக்கும்
ஒரு கழைக் கூத்தாடியைப் போல்
எனக்குள் தளும்பி வழியும் நீரை
சமன் செய்கின்றேன்
தோல் வழியே என் துர்குணங்கள்
ஆவியாகி மறைகின்றன
கனத்த என் முகமூடிகள்
வேரோடு கழன்று நொறுங்குகின்றன
நீரில்மிதக்கும் பனித்துண்டத்தை விழுங்கும்
ஒரு குழந்தையைப் போலாகின்றேன்
அவ்வுலகம்
அணைத்துக் கொள்கிறது என்னை
வானத்தின் மதகு கொஞ்சம் கொஞ்சமாய்
அடைபட ஆரம்பிக்கையில்
என்மீது பரவத் தொடங்குகிறது
சாத்தானின் நிறம்.

முதல் உயிர்

அன்று
பூமியின் கடைசிநாள்
உச்சமற்ற விரகத்தின் வெப்பமும்
புதையுண்ட மனங்களின் வீச்சமும்
பனிமலைகளை உருக்குகின்றன
வால் வெட்டப்பட்ட மலைப்பாம்பென
நாற்றிசையிலும் பெருங்கடல் சீறுகிறது
ஆய்வுக்கூடங்களின் செத்த மூளைகள்
கரைந்தமிழும் கணத்தில்
ஈர்ப்புக்கப்பால் விலகி மறைகின்றன
வாழ்வின் செயற்கை கோள்கள்
மிச்சத்தின் நம்பிக்கை வெளிச்சத்தில்
கொப்பேர் மரங்கள்
ரம்பத்தால் அறுத்துச் சாய்க்கப்படுகின்றன
பேழைகளைப் புனையும்போதே
ஒரு பூரண கிரகணத்தைப் போல்
நிலத்தை விழுங்குகிறது பிரளயம்
உயிர் இரைச்சலுற சமையலறைக் கழிவுகளில்
மூழ்கிப் போகிறார்கள் பெண்கள்
மிஞ்சியவர்கள் பேழைகளுக்குள் அடைந்து
தம்மைப் பூட்டிக் கொள்கிறார்கள்
முன்னரே கடைசி அறையிலிருந்து விலகி
தன் வெளியில் ஸ்திரமான அவள்
நீராலான பூமியை விழுங்குகின்றாள்
அவளிடும் முட்டையிலிருந்து தொடங்கலாம்
அடுத்த உலகத்தின் முதல் உயிர்.

கரித்துண்டுகள்

வழக்கொழிந்த காட்சியகத்தின்
புழுத்தநெடி வீசும் தாழி ஒன்று
அகழ்ந்தெடுக்கப்படுகிறது
கனவுகளைச் சேமித்து வைக்கும்
மனதின் கலயத்தைப் போலிருக்கும்
அதன் உட்சுவரில் கரிய
சித்திரங்கள் தீட்டப்பட்டிருக்கின்றன
மாறிய பருவத்தின் போதெல்லாம்
பூக்களைச் சிருஷ்டித்துத் தந்த
விருட்சங்களும்
கள்ளிப் பாலாய்த் திரண்டிருக்கும்
காட்டுப் பழங்களும்
சர்ப்பத்தின் நீண்டிருக்கும் நாவெனச்
சாட்டையைச் சொடுக்கும் ஆண்களுமாய்
வரையப்பட்டவை பிரமிப்பூட்டும் வேளையில்
உள்ளிருக்கும் உதிர்ந்த எலும்புகளுக்குள்
மின்னுகின்றன சில கரித்துண்டுகள்.

பாலாறு

மகிழ்ச்சியின் நறுமணம் மிக்க
என் சின்னஞ்சிறு பிராயத்தில்
நீர்நத்தைகளையும் மட்டிகளையும்
சேகரித்து விளையாடிக் களித்த
உன் தெள்ளிய நீர்ப்பரப்பு
வெப்ப அலைகளைப் போர்த்தியபடி
உறங்கிக்கொண்டிருக்கிறது
நிலவின் ஒளியை
விரித்தாற் போன்றிருந்த உன்னுடல்
துன்பத்தால் உழலும் பெண்ணின்
பருவமேடுகளைப் போல
தோண்டப்பட்டிருக்கிறது
என் முத்தத்தால் நனைந்த
உன் கரையின் கைகளில்
தோல் தொழிற்சாலைகள் மிளிர்கின்றன
உன்னிருபுறமும் செம்பட்டை மயிர்களோடு
பயிர்கள் தேம்பி அழ
வெண்மையாய் நுரைத்துப் பொங்கி
உனக்குள்ளே நீராடி மகிழ்ந்த நீ
கழிவின் கருந்திரவத்தைப் பருகியபடி
நகர்ந்து செல்கின்றாய்
பாலத்தின் மீதேறி உன்னைக் கடக்கும்
என் பருத்த கருப்பையில்
உருள்கிறது ஒருதுளி விஷம்.

பட்டையுரிந்த காதல்

பருவம் கழிந்தொரு விருட்சமாய்
பூத்துக் கொண்டிருக்கிறேன்
அருகம்புற்கள் கிளைத்திருக்கும்
வரப்பின் விளிம்புகளில் நின்று
இருகை நீட்டி அழைக்கிறாய்
மரமாகவே நிற்கிறேன்
காதலின் இனிப்புத் திரவம்
உன்னிலிருந்து உருகி வழிந்து
என்னை நனைக்கிறது
அள்ளிப் பருக முடியாமல்
கைகள் புதைந்திருக்கின்றன
சிறு தலையசைப்பின் மூலம்
சில பூக்களை உதிர்த்து
உன் நாட்பட்ட காதலை
ஏற்கலாம் எனினும்
காற்றும் பித்துப் பிடித்தாற்போல்
இடம் பெயர்ந்துவிட்டிருக்கிறது
யாது செய்வேன்
என் அன்பை யாசித்து யாசித்துக்
கடும்பாலையைக் கடந்து போகிறாய்
திரும்பி வரும்போது புரிந்துகொள்
உன் பெரும்அன்பால் தீய்ந்துபோய்
பட்டையுரிந்து மொட்டைமரமாய் நிற்கும்
என் காதலையும்.

இரவுகள் விடிவதில்லை

உங்களில் சிலர்
என்னுடன்
இராத் தங்கியிருக்கலாம்
ஸ்தூலமான அவ்விரவு ஒரு
மெழுகுவர்த்தியின் உருகுதலைப் போல்
மிக எளிமையானதாகவும்
மண்சரிந்த ஒரு சுரங்கத்தைப் போல்
மிகத் துன்பமானதாகவும்
அங்குல அங்குலமாய் நகர்கிறது
யாருக்கான இரவென்ற சந்தேகம்
வழமையான சுவர்களில் பட்டுச்
சரிந்து மடிகிறது
இரவின் சுழலில் சிக்கித்
திசைகளைத் துறந்த
ஒரு உள்நீச்சல்காரி போலாகின்றேன்
காலம்
பருவத்தின் குப்பிகளில்
பகலிரவினை ஊற்றி அனுப்ப
கண்களில் சேகரமாகிறது
தழுவிக்கொள்ளாத நீரும் எண்ணெயுமாய்
ஆயினும்
சாத்தானால் ஆசிர்வதிக்கப்பட்ட
பெரும்பான்மையான இரவுகள் விடிவதில்லை.

உயிரூட்டுதல்

நெருப்பிலிருந்து தெறித்து விழுந்த
துண்டுப் பூட்டு ஒற்றைச் சாவியுடன்
குடியமர்த்துகிறார்கள் என்னை
கதவைத் தள்ளித் திறக்கிறேன்
செயற்கை நீரூற்றுகளும்
சிமிழ்களில் அடைக்கப்பட்ட ஒளியுமாய்
பாழடைந்திருக்கிறது மாளிகை
கம்பள விரிப்புகளில்
பதுமைகள் சிரிக்கிறார்கள்
பெயர்ப்பலகைகள் மின்னும்
மேட்டிமையான அறைகளில்
ஓவியங்கள் புணர்கின்றன
தரையின் பளிங்குக் கற்களை அகழ்ந்து
கொண்டு வந்த
பழவிதைகளைத் தூவுகின்றேன்
நெருக்கி வளர்ந்து சுவர்களைத் தகர்க்கின்றன
அதிமதுர நீரைக் கொண்டோடும்
காட்டாறு ஒன்றை
அதன்வழியே திருப்புகின்றேன்
வஞ்சனையற்ற பழங்களும் பிடவமும்
விளைந்து நிற்கின்றன
மார்பினை அழுத்தும் பொன்னணிகள்
ஒவ்வொன்றாய் அவிழ
என்னைப் பட்சியாய் மலர்த்துகிறது
உயிரூட்டப்பட்ட அவ்விடம்.

ஒற்றை நாயகி

மழையில் நனைந்த ஆடைகளை
முறுக்கிப் பிழிந்தவாறு
எனதறைக்குள் பிரவேசிக்கும் அவள்
காலத்தின் உபரிகளைப் பரிமாற
உபகதை ஒன்றைத் தொடங்குகின்றேன்
பள்ளத்தாக்குகளின் தெளிந்த குட்டைகளில்
கரையேறும் மலடாயிராத விலங்குகளோடு
அவள் பயணிக்கிறாள்
வரலாற்றின் கரம்புகளில்
மறுதோன்றிச் செடிகளை நட்டுச் செல்லும்
பழங்குடிப் பெண்ணின்
மார்புக் கச்சையைச் சரிசெய்கின்றாள்
பதிவிரதைகளின் கூடைகளை நெய்யும்
மூங்கில்காடுகள் பற்றி எரிகின்றன
அவளின் பாடலைக் கேட்டு
சுமத்தற்குரிய கால்சிலம்புகளை
உடைத்தெரிக்கும் உலைக் கூடங்களால்
தகிக்கின்றன நாவலின் பக்கங்கள்
விடுதலையின் அடிக்குறிப்புகள்
சுருள்கம்பியாய்ச் சதையைக் கிழிக்க
உக்கிர காண்டத்தைப் போலொரு
கடைசி அத்தியாயத்தைத் தேடிவர
சொல்லிக்கொள்ளாமல் வெளியேறுகிறாள்
ஒருவேளை உங்களோடு
வசித்துக்கொண்டிருக்கலாம்
முற்றுப்பெறா நாவலின் ஒற்றை நாயகி.

என் கடவுள்

என் வயதொத்த அவளுக்கு
சொற்ப மொழிகளே தெரியும்
நினைத்த மாத்திரத்தில்
கால தேசங்களைக் கடப்பவளில்லை
இயற்கையின் வேர் முளைத்த
அவள் உடலில்
சதுப்பு நிலத்தின் பசுமை மின்னும்
ஒப்பனைகள் புனைவுகள்
எவையுமின்றி
அதிகாலைப் பனிப் பொழிவாய்
என்மீது படுத்துக் கிடப்பாள்
அருள் பாலிக்கும் அருமந்திரங்கள்
ஏதுமற்ற அவள் கைகளில்
எழுதுகோல் பூத்திருக்கும்
மூன்றாம் ஜாமத்தின் இறுதியில்
கம்பீரத்துடன் உள் நுழையும்
அவள் தேகத்திலிருந்து
புணர்வின் வாசனை வடியும்
நாற்புறமும் கண்ணாடிகள் பதித்த
எனதறைக்குள்
அவள் உறங்கும்போது பார்க்கிறேன்
ஆடை களைந்து என் சொரூபமாகிறாள்.

போரின் குறுவாள்

மீன்கள் புரளும் கழிமுகத்தைப்போல்
குறுவாள்கள் நிறைந்திருக்கின்றன
என் பாசறையில்
இரத்தம் பார்க்கக் காத்திருக்கும்
பசித்த புலியின் பற்களென
ஒன்றையொன்றைக் குத்தி
வெளியேற்றிக் கொள்கின்றன
கற்களும் உலோகங்களும்
உரசிக்கொள்ளும் அச்சத்தம்
ருசிகொண்ட போரொலியை ஒத்திருக்கிறது
தசைப்பிசிறு உலர்ந்த வாள்களின்
கண்ணீர்க் கதைகள்
ஏதேன் நதிநீரால் கழுவப்படுகின்றன
என்னுடலைக் கீறிக் கீறி
ஒவ்வொன்றாய்ச் சோதனையிடுகிறேன்
அவற்றின் கூர்மை
அரிவைப் பெண்ணொருத்தியின்
மார்பை ஒத்திருக்கிறது
தூரத்தில் தீவட்டி ஏந்திய
மனிதர்கள் வந்து கொண்டிருக்கிறார்கள்
போருக்குத் தயாராகிறேன்
குறுவாள் ஒன்றை
யோனிக்குள் மறைத்துக்கொண்டு.

அப்பாவின் கல்லறை

இளவேனில் கால இராட்டினத்தில்
பயணித்து
அவரின் கல்லறையை அடைகின்றேன்
வாடாமல்லிகள் புன்னகைக்கின்றன
உள்வாங்கிய மண்ணை
விலக்கிக்கொண்டு மேலேறி அமர்கிறார்
சொல்லாமல் விட்ட மனவருத்தங்களை
நினைவின் இலையில்
பரிமாறுகின்றேன்
மரவாசனை வீசும் வனவாசியைப் போல்
கவிதைப் பழங்களை
விற்றுத் திரிந்த
என் கன்னத்தில் அறைந்ததற்காய்
அன்பின் களிம்பைப் பூசுகிறார்
நீர்க் கொடிகளிலிருந்து விடுபட்ட
வெற்றுடலைப் போல்
குற்ற உணர்வில் மிதக்கும் அவருக்கு
என் பாடலின் வரிகளை
இசைத்துக் காட்டுகிறேன்
அவர் கண்களில் நீர் துளிர்க்கிறது
இருள் விலகாத அதிகாலையில் பார்க்கலாம்
கவிதையை நான் பாடுவதையும்
கண்மூடி அவர் இரசிப்பதையும்
மனிதர்கள் எங்கள்மீது கல்லெறிவதையும்.

ஆகச்சிறந்த புணர்வு

காமப்பனி பொழியும் அவ்விடம்
கூடலின் அடிவாரத்தில் உறைந்திருக்கிறது
மாலையின் சாய்ந்த ஒளியும்
பிச்சியின் இளவாசனையும்
கூடாரமாய்க் கதகதப்பூட்டுகின்றன
பிசைந்த மாவைப் போல்
மென்மையுற்ற உடலின் மேடையில்
சாகசங்களைத் தொடங்குகிறாய்
வேர்பிடுங்கப்பட்ட நீர்த்தாவரத்தைப்போல்
எழும்பி மிதக்கிறேன்
உன்னை விரகத்தின் வளையமாக்கி
கால்வழியே நுழைத்தெடுக்கிறாய்
பின் முத்தத்தின் வாள்கொண்டு
என் தேகத்தைச் சிதைக்க
பீறிடுகின்ற பருவத்தேனை
வாயின் குழலால் உறிஞ்சுகிறாய்
இன்பத்தின் பாரம் தாளாது
அசைந்தாடுகிறது உடல்கிளை
கடைசியில் உன்னை நீலநிறச் சுடராக்கி
திரட்சியாக விழுங்குகின்றேன்
ஆகச்சிறந்த புணர்வின் திரை
கீழிருந்து மேலெழும்புகிறது.

உடலின் விருட்சம்

தூர்ந்து போன உடலின்
மேடுகளையும் நிரம்பிய வலிகளையும்
அவள் கொத்திச் சமன்படுத்துகிறாள்
உயிர்மை ததும்பும் பிரதேசத்திலிருந்து
இறக்குமதி செய்யப்பட்ட
பருவத்தின் விதைகளை
நடுகற்களென நட்டுச் செல்கிறாள்
பறவைகள் கொத்தித் தின்னாதபடி
காமத்தின் கவண்கல் கொண்டு
மெதுவாக விரட்டுகிறாள்
உவகையின் நீர்பாய்ச்சி
அவற்றைக் காத்துவரும் வேளையில்
அவளுள் வேர்விடுகின்றன
எண்ணற்ற முளைகள்
கூடும்நேரத்தின் நரம்புகளைப் போல்
கிளைத்திருக்கும் மரங்களில்
பறவைகள் இளைப்பாறுகின்றன
பழங்கள் தம்முள்
படைப்பின் உலகத்தைத் தீட்டுகின்றன
ஆகச்சிறந்த அவ்விடத்தில்
அனுமதி மறுக்கப்பட்ட
ஒரு பார்வையாள யுவதியைப் போல்
தொலைவிலிருந்து பார்க்கின்றாள்
பாலிதீன் உறைகளில் விற்கப்படும்
தனதுடலின் விருட்சத்தை.

பதினான்கு அம்புகள்

பச்சைக் கள்ளியின் பழநிறத்தில்
கனன்று எரிகிறது தீ
அடர்வனத்தின் மர்மப் புன்னகை
பெருங்காற்றாய் சூழ்ந்து நிற்க
மிகுந்த குலவை சத்தங்களும்
துந்துபிகளின் பேரொலியும்
நீராவியைப் போலப் பரவி மிதக்கின்றன
கடல் சூழ்ந்த நிலத்திலிருந்து
மீட்டுக் கொணர்ந்த என்னை
நெருப்பின் விளிம்பில் நிறுத்துகிறார்கள்
பூக்களால் அலங்கரிக்கப்பட்ட சிவிகையும்
மென்மையாக்கப்பட்ட பாதக் குறடுகளும்
எனக்காகக் காத்திருக்கின்றன
தீயிலிறங்கிக் கரையேறச் சொல்லும்
வில்லேந்திய அவனிடம்
என்னைச் சிறையிட்டவனோடு
செம்மரக் கட்டிலில் சயனித்ததை
இதழ் பிரித்து விளம்புகின்றேன்
காப்புடைத்த என் யோனியிலிருந்து
வெளியேறுகின்றன பதினான்கு அம்புகளும்
பெருந்தீயை அணைக்கப் போதுமான
ஒரு குவளை இரத்தமும்.

ஒற்றை சாட்சி

கிரணங்கள் கரைந்து வழியும்
பின்மாலை வேளையில்
என் அத்தனை பலவீனங்களையும்
சுருட்டி ஒளித்தபடி
அவ்விடத்தை அடைகின்றேன்
பகலின் ஒளி துடைக்கப்பட்டு
மின்னும் அவ்விடத்தின் பேரமைதி
மிருகத்தின் ரோமத்தால் பின்னப்பட்ட
ஒரு போர்வையாகி என்னைப் போர்த்துகின்றது
எத்தனை பாதச் சுவடுகள்
எத்தனை கிசுகிசுப்பான வார்த்தைகள்
பாதரசத் திவலைகள் போல்
காலடியில் உருண்டு ஓடுகின்றன
சொல்லாமல் விடப்பட்ட காதலை
மரக்கன்று ஒன்றை நடுவதன்மூலம்
சொல்லிவிட முடியாதுதான்
என்றாலும்
இதுநாள் வரை நீருற்றிக் காத்துவந்த
வாகைமரம் பூத்து உதிர்க்கும்
வெளிறிய பூக்களின் நெடி
உன்னை நோக்கி நீள
ஏதாவது விருட்சத்தின் அடியில்
நீயும் நின்று கொண்டிருக்கலாம்
நிராகரிப்பின் ஒற்றைச் சாட்சியாய்.

இரவு

நடுங்கியது போலில்லை
புழுதி படிந்த அழுக்குச் சிறுமியை
அணைத்துக் கொள்ளும் ஆதுரத்தோடு
என்னைச் சேகரித்துக் கொள்ளும் அதன்
முரட்டு முதுகினில் பயணிக்கின்றேன்
நொடிப்பொழுதில் எவரும் பார்த்திராத
இன்னொரு உலகத்தின் மூடியைத்
திறந்து காட்டுகிறது
பூமியின் மேற்கு மரத்தில்
தூக்கிட்டுக் கொண்ட சூரியன்
கருந்தாடியுடன் உலவுகிறான்
அகராதிக் கொடிகளில் புதிய சொற்கள்
காய்த்துத் தொங்குகின்றன
புணராமல் கலவியின்பத்தை முகரவும்
மதுக்கோப்பையை இருவிரல்களால் பற்றி
மென்மையாக உறிஞ்சவும்
அங்குதான் கற்றுக் கொள்கிறேன்
சிறகடிக்கும் கவிதைப் பறவைகள்
என் முலைகளைக் கொத்திச் சுவைக்கின்றன
மீண்டும் என்னை ஏற்றிக்கொண்ட இரவு
ஒளியின் வேகத்தில் பயணிக்கிறது
தூரத்தில் வீணாகிப் போன
ஒருதுளி விந்துவாய் சுழல்கிறது பூமி.

வறுமையின் நிறம்

தாழ வளைந்த மரத்தின்
கிளையினில் தொங்கும் தூளிக்குள்
கண்மூடி விழித்திருக்கிறது
தொப்புள்கொடி உலராத சிசு
உடல் இரண்டாய் மடிய
கணுக்கால் புதைந்த சேற்றில்
நடுவிரலால் ஊன்றி நடுகிறாள்
பசுமை ததும்பும் பயிர்களை
கண்களிலிருந்து வழியும் நீர்
நெற்றியின் மேடேறி
தலைமயிர்களை நனைக்கிறது
நைந்த ரவிக்கையின் கிழிசலை
மறைக்கத் தோற்கும் அவளின் தேகம்
பச்சை ரணமாய்த் துவள
பின்னோக்கியே நடக்கின்றன கால்கள்
புளித்த கஞ்சியும் தீர்ந்துவிட
இரவு உணவுக்காய் யோசனையில் ஆழ்கிறாள்
குழந்தையின் அழுகுரல் அவளைக் கலைக்க
முலைகளிலிருந்து வழியும் பாலும்
தளர்ந்த யோனியிலிருந்து ஒழுகும் உதிரமும்
கால்வழியே தரை இறங்குகின்றன
நடவு செய்த நிலம் சிவப்படைகிறது.

தனிமை

விரகத்தின் இழைகளால் நெய்யப்பட்ட
இரவாடையை நான் அணிந்திருக்கிறேன்
விபத்தொன்றில் கணவனை இழந்த
அபலையின் இசைப்பாடல்
முதல்புணர்வின் வலியருந்தி மிதந்து வருகிறது
வாயில் பாலொழுகும் குட்டிகள் தொடர
பருத்த முலைகளை வீசியபடி
தெருக்களில் அலைகிறது முதிர்நாயொன்று
கனியின் தோல் பிரித்து
விதைகளை அணைத்த கதையை
வெட்கமில்லாமல்
என்னிடம் பகிர்ந்து கொள்கிறது காற்று
வண்ணமற்ற ஒளியின் கட்டுறாத கைகள்
என் அடியாழங்களில் பயணிக்க
கோபத்தின் முலாம் பூசிய சொற்பறவைகள்
எங்கிருந்தோ பறந்து வருகின்றன
நான் எழுத ஆரம்பிக்கிறேன்
அந்தரத்தில் தொங்கியவாறு
என்னைப் பரிசிக்கிறது
சீம்பாலின் அடர்த்தியாய்த் திரண்ட மை
தூக்கம் தன் கண்களைத்
தழுவிக்கொள்ளும் அகாலத்தில்
இறுக மூடியிருந்த என் உள்ளங்கை பிரித்து
புன்னகைத்தபடி வெளியேறுகிறது தனிமை.

நானற்ற கூண்டு

சினையுறாத பறவையாகிப் பறக்கின்றேன்
இடவலமெங்கும் தேகத்தின் பெருவெளி
துயரத்தின் கயிறு பிணைக்காத
கால்கள் காற்றை வலிக்கின்றன
இமையற்ற விழியசைவுகளில்
புவியின் வளைக்கோணம் சூழ
நெடிய இறக்கைகளின் நிழல்கள்
வாழ்வின் புகைநிலங்களைப் போர்த்துகின்றன
மயிரின் கதகதப்புக்குள் ஒளிந்திருக்கும்
வெளிர்தசையின் இரத்தம்
புயல்கண்ணாய்ச் சுழல்கிறது
விரலிடையில் வன சஞ்சாரமும்
மனிதர்கள் கடந்து திரியும் பரப்பும்
சட்டமிட்ட சித்திரமாய் நகர்கின்றன
என் கூரிய அலகால்
உடலைக் கோதுகின்றேன்
இறகுகள் உதிர்ந்து
நீர்நிலைகளில் சொட்டுகிறது இரத்தம்
உன்னிருப்பிடத்தின் உத்திரங்கள்
கரைந்தமிழ
கூடலசைவில் புரண்டு படுக்கும்
உன் முதுகினில் உறுத்துகிறது
நானற்ற கூண்டின் பெருஞ்சாவி.

கட்டிலின்கீழ் சில ஆப்பிள்கள்

நீலநிற விளக்குகளால்
அலங்கரிக்கப்பட்டிருக்கிறது அவ்வறை
காட்டுப் பூக்களின் வாசனை
இளகிய காற்றில் எழும்ப
களித்திருக்கும் விலங்குகளின்
குழைவான மென்குரல்கள்
பின்னணியில் தாபமூட்டுகின்றன
அறையின் சுவர்களில்
குகை ஓவியங்கள் மின்ன
இருளும் ஒளியும் கூடும் நொடியில்
அவள் அவனைத் தீண்டுகின்றாள்
வியர்வையில் குளித்த ரோமக்கால்கள்
பாய்மரத்தைப் போல் படபடக்கின்றன
காமத்தின் அலைகள் திமிறி மடியும்
அவனது நீலக் கடலில்
வெகுதூரம் பயணிக்கின்றாள்
ஆர்ப்பரிப்பற்ற ஆழத்தில் மூழ்கி
முத்தத்தின் சிப்பிகளை
உடலின் துவாரங்களில் சேமிக்கிறாள்
இன்பத்தின் ஊற்று பீறிட
விடுபட்ட தக்கையாகி
வேற்றுலகம் மிதந்து போகிறாள்
அவனோடு கலைந்து கிடக்கின்றன
கட்டிலின்கீழ் சில ஆப்பிள்கள்.

இரண்டாம் உயிர்த்தெழுதல்

வண்ணத்தில் விழுந்தெழுந்த பறவை
கிளைத்த மரத்தில் வந்தமர்கிறது
மலர்கள் சிறகடிக்கின்றன
சுவாசிக்கத் திணறிய வேர்கள்
மேல்நோக்கி எழும்புகின்றன
குளிர்ந்த நிழல்விரிப்பில் அமர்ந்து
உன்னை எதிர்நோக்குகின்றேன்
எங்கேயும் உன்வாசனை வீசவில்லை
எழுந்து நடக்கிறேன்
உலவுகிறேன்
பெரும் அவஸ்தையாய் இருக்கிறது
கால்களுக்கிடையில் சிக்கிய கன்னிமை
பற்றியிழுத்து
எரிந்து போகக் கடவதெனச்
சூரியனை நோக்கி வீசுகிறேன்
என் திசையறிந்து
வந்துகொண்டிருக்கும் நீயும்
உன்பங்குக்குக் காததூரம் வீசுகிறாய்
ஒருபிடி சாம்பல்மழை பொழிய
பாம்பின் தீண்டலைப் போல்
உன்னை அன்பு செய்கிறேன்
ஒப்புக் கொடுத்த நீ
இரண்டாம் முறை உயிர்த்தெழுகிறாய்.

தாழிடப்படாத நாட்குறிப்பு

பிடுங்கி எறிய முடியாத
முலைகளின் நிலாக்களைப் போல்
கூடவே பயணிக்கிறது நாட்குறிப்பு
சுத்திகரிக்கப்படாத
உதிரத்தின் மைதோய்ந்த அது
என்னுடைய சாயலாய் உருகுகிறது
அதிலிருந்து துரோகத்தின் பறவைகள்
விலகி ஓடுகின்றன
துர்குணத்தின் காட்டு யானைகள்
பழுப்பேறிய பக்கங்களில்
தம்மை வரைந்து கொள்கின்றன
எழுத்துகளைத் தரிசிக்கையில்
தாழைக்காட்டில் பிணைந்தடங்கிய
நாகங்களின் சட்டையுரிக்கும் வாசனை
கனிந்த இதயத்தின் பிஞ்சுப் பயிர்களை
பட்டயத்தால் நொறுக்கிப் போட்ட
என் தந்தையின் கோட்டோவியமும்
அதில் தீட்டப்பட்டிருக்கிறது
எங்கேயோ நான் சிந்திய
ஒற்றைக் குருதித் துளி
எச்சமாய்க் கடைசிப் பக்கத்தில்
படிந்திருக்கிறது
எப்போதும் எவரும் பார்வையிட
தாழிடப்படாமல் இருக்கிறது
ஒரு விலைமகளின் யோனியைப் போல்.

வேட்டைக்காரி

வெயிலின் வறண்ட ஓடைகளைக்
கடந்து வனத்தை அடைகிறாள்
அபரிமிதமான இருட்டையும்
அமைதிக்கு மெருகூட்டும் ஒலியையும்
கண நேரத்திற்குப் பின்
பழகிக் கொள்கிறாள்
சொற்களின் திரையில் கண்டதைவிட
பிரமிப்பூட்டுகிறது வனத்தின் துல்லியம்
வளர்ந்த மிருகங்களின் பாய்ச்சல்
எந்நேரமும் நிகழக் கூடும்
போராட்டத்தின் வில்லில்
அம்புகளைப் பூட்டித் தயாராகிறாள்
அந்நிய வாசனைக்கு
விலங்குகள் நெருங்கி நிற்கின்றன
அவற்றின்
குருரம் பூக்காத கண்களுக்கு முன்
தன்னைத் தளர்த்துகிறாள்
மூன்றறை கொண்ட இதயங்களையும்
கொஞ்சம் விதைகளையும்
அவளிடம் தருகின்றன
வேட்டையாடாமல் கிடைத்தவற்றை
வல்லூறுகளுக்கும் வனாந்தரத்திற்கும்
வீசிவிட்டுத் திரும்பி நடக்கிறாள்
குறுக்கே ஓடுகிறது ஜீவநதி.

சுரங்கத்தின் பொறி

நூற்றாண்டுகளைக் கடந்த
புராதன ஒற்றை அறை
கந்தக நெடியின் இறுக்கம் தாளாது
கண்ணீர் பெருக்குகிறது
விந்துத் திவலைகள் மிதக்கும்
அதன் உள்ளாழங்களில் மலடுகளின்
பற்கடிப்புகள் நிறைந்திருக்கின்றன
பனிக்குடத்தின் கழிவுத் துகள்கள்
தெறித்துக் கிடக்கும் சுவரோரம்
புளித்த பொன்னிறத் திரவங்கள்
குப்பிகளில் பரிமாறப்படுகின்றன
அறையை இறுக மூடிய
முரட்டுத் துணியிலிருந்து கசியும்
நீர்த்தாரைகளை ருசிபார்க்கும்
சிறுத்த விருட்சங்கள் புரண்டு படுக்கின்றன
முக்காடுகளிட்ட இளநங்கைகள்
விஷமற்ற விலங்கின் பச்சைத் தசையை
செந்தணலில் வாட்டுகிறார்கள்
மங்கலான வெளிச்சத்தில்
நடந்து செல்லும் அவர்களின்
கால்களுக்குச் சற்றுக் கீழுள்ள
நெருப்பினில் புதைந்திருக்கிறது
வெளியேறும் சுரங்கத்தின் பொறி.

இன்றைய பகல்பொழுது

உயர்ந்த நெற்குதிர் போலிருக்கும்
இரவின் ஆளுகையிலிருந்து
காற்றின் கயிறேறித் தப்பிக்கிறேன்
வெளிச்சத்தின் நதியில் மூழ்கி எழ
படீரென்று திறந்து கொள்கின்றன
என் உடலின் கண்கள்
எவ்வளவு சுகங்களை இழந்திருக்கிறேன்
செம்பழுப்பான முத்தச் சுவட்டைக்
கன்னத்தில் இடுகிறது சூரியன்
கண்ணிமைக்கும் நேரத்தில்
பறவையாகிப் பறக்கின்றேன்
உரசிப் புணர நெருங்கி வருகிறது
ஒரு நிஜப் பறவை
கீழிறங்கி வனங்களில் திரிகின்றேன்
விலங்குகளோடு ஓடுகின்றேன்
இலையுதிர்ந்து நிற்கும் மரங்களில்
முத்தங்களைக் கட்டித்
தொங்கவிடுகிறேன்
நெடுநாள் தவித்த மழையின் கொடிகளை
என்மீது படர விடுகின்றேன்
முலையழுந்த என் நண்பனைத் தழுவுகையில்
பகலின் குளிகை தீர்ந்து போகிறது
வருகின்ற இரவு எப்படியோ
இன்றைய பகல்பொழுது என்னுடையது.

விடுதலையின் பதாகை

என் கிராமத்தின் தேகமெங்கும்
வர்க்கத்தின் இருள் கவிழ்ந்திருக்க
அச்சமூட்டும் துரோகியின் குறுவாளைப்போல்
பிசிரின்றி எரிந்து கொண்டிருக்கிறது இரவு
அன்று வானம் நீலமாயும்
நட்சத்திரங்கள் சீம்பாலைப் போலவும்
மின்னிக் கொண்டிருந்தன
மூங்கில் கூடையில் வெளிச்சம் வாரப்பட்ட
வீட்டின் முற்றத்தில்
நிர்வாணமாய்க் கிடத்தப்பட்டிருக்கிறேன்
கால்களும் கட்டப்பட்டிருக்கின்றன
தலையனைக் கூடச்சொல்லும் வக்கிரம்
இரவின் உச்சாடனமாய் ஒலிக்க
ஆதிக்கத்தின் கருந்திரவத்தைப் பருகியவர்கள்
என் யோனியில் பள்ளம் பறித்துப்
பருத்த கம்பொன்றை நிறுத்துகிறார்கள்
என் வலியின் ஓலத்தில்
அரங்கேறுகிறது ஒரு சாதிக்கூத்து
ஆடிக் களைத்தவர்களின் குறியிலிருந்து
வழிந்தோடிய வன்மத்தின் கால்வாயில்
வீசப்படுகிறது என் உடல்
செவிட்டுப் போர்வையிலிருந்தும்
குருட்டுத் தூக்கத்திலிருந்தும் விடுபடாத தேசத்தில்
சட்டை உரிக்கும் சர்ப்பத்தின் உக்கிரத்தோடு
மண்ணுக்குள் புதைகின்றேன்
யோனியில் ஊன்றிய கம்பின் உச்சியில்
குருதியின் நிறத்தோடு பறக்கும்
எம் விடுதலையின் பதாகை.

(கயர்லாஞ்சியின் நினைவாக)

கிணற்றில் புதையும் கிணறு

பெருமழை பெய்து நிரம்பாதபோதும்
தன் வற்றாத சுரப்புகளால் சமன் செய்து
உழப்படாத நிலங்களில் நீரூற்றி
உடலைக் கொத்திக் கொண்டு போகும்
பருவத்திடமிருந்து பூக்கும் காலம் கற்று
மஞ்சள்நிறக் கதிர்களை
ஓவியம் மின்னும் குதிர்களில்
அடைத்த பின்னும்
கல்பெயர்ந்து கிடக்கிறது பாழுங்கிணறு
ஒருவாய் நீர் பருகக்
கீழிறங்கித் தோண்டுகையில்
வெறும் மணல் மணலாகி வழிய
என் வாயிலிருந்து சொட்டுகிறது
எச்சிலின் ஆதித்துளி
கிணற்றின் உதட்டிலிருந்த பூனைமரங்கள்
குளிர்ப்பதனமிடப்பட்ட பெட்டகங்களில்
உயர்ரகப் பழங்களைச்
சேகரித்து மரபார்ந்தவையாகிவிட்டன
தூரத்தில்
எந்திர மூளை கொண்ட மனிதர்கள்
நட்சத்திரங்கள் பொறித்த ஆடைகளோடு
வந்துகொண்டிருக்கிறார்கள்
கிணற்றைக் கிணற்றுக்குள் புதைக்க.

யாதும் ஊரே யாவரும் கேளிர்

எவரும் பார்வையிடலாம்
காட்டிக் கொடுத்தவர்கள்
கொன்றவர்கள்
கொலைபுரியத் தூண்டியவர்கள்
வேடிக்கைப் பார்த்தவர்கள்
நரம்பு புடைக்கக் கொதித்தவர்கள்
மௌன சாட்சியாய் நின்றவர்கள்

எங்கேயும் பார்வையிடலாம்
குருதி உறைந்த வாய்க்கால்களை
மனிதம் வறண்ட வதைக்கூடங்களை
பச்சையமற்ற முகாம்களை

எவற்றையும் புனரமைக்கலாம்
இடிக்கப்பட்ட கட்டடங்களை
எரிக்கப்பட்ட குடில்களை
குண்டு துளைத்த யன்னல்களை

எப்போதும் அஞ்சலி செலுத்தலாம்
உயிர் அடங்கியபின்
புதைமேடுகளில் புல்முளைத்த பின்

எம்மொழியையும் கதைக்கலாம்
அரசிதழின் ஆங்கிலத்தை
அரசாளும் இந்தியை
நச்சு வடியும் சீனத்தை
வெறிப்பால் குடித்த சிங்களத்தை
ஆடைகழன்ற செந்தமிழை

எவருக்கும் கம்பளம் விரிக்கலாம்
இரத்தத்தில் குளித்த புத்தருக்கு
இரத்தம் குடித்த ஓநாய்க்கு
இரத்தக் கம்பளம் நெய்தவனுக்கு

யாவரும் யாவற்றையும் செய்யலாம்
ஏனெனில்
யாதும் ஊரே யாவரும் கேளிர்.

களைத்து வீழ்ந்த கடல்

உலகத்தின் எல்லாப் பறவைகளும்
நீலத்தைக் குடித்த மலர்களைத்
தம் அலகுகளில் ஏந்தி
இடவலமாய்ப் பறக்கின்றன
பட்டாம்பூச்சிகள்
வண்ணத்தின் துகள்களைப்
படுக்கையில் சிந்தியபடி திரிகின்றன
காட்டுத்தீயில் முகிழ்க்கும் புகைமூட்டத்தைப்போல
அறையின் இடுக்குகளிலிருந்து எழும்புகிறது
புனுகின் வாசனை
முயல் குட்டிகளில் இரண்டு
என்மீது குதித்தோட
அப்போதுதான் உன் கண்களைப் பார்க்கிறேன்
நிலவும் மூச்சடக்கி நிற்கிறது
பறவைகளின் அலகு நழுவி
நீலப்பூக்கள் உதிர்கின்றன
அத்தனை மெய்ப்பாடுகளும் போதாமல்
உறைந்த நீரைப் போலச் சரிகிறேன்
உன் அசைவின் வெப்பம்
என்னை இன்னும் இறுக்குகிறது
குனிந்து என்னை முத்தமிடுகிறாய்
உதட்டுச் சுவையோடு
முத்தத்தையும் சுவைக்கிறேன்
நீரின் கனம் தாங்காது
உடைப்பெடுக்கும் அணையைப் போல்
பெருகுகிறது என்னுடல்
அறையும் நாமும் மெல்ல மூழ்குகிறோம்
பின்
மூச்சுத்திணறி நம்மிடமிருந்து விடுபடுகிறது
களைத்து வீழ்ந்த கடல்.

அரும்பு சிந்தும் பாலை

அகற்றப்படாத கண்ணி வெடியைப் போல்
துக்கித்துக் கிடக்கிறது காலம்
மகுடிக்கு அசைந்தாடும் பாம்பாய்
எதையும் உவப்பானதாக
மாற்றிக் கொள்ள முடியவில்லை
வாதையின் துருவேறிய நங்கூரம்
மீனெனப் பாயும்போது
மார்பின் கடல் வற்றுவது தவிர வழியேது
சிறுபறவை வாதுமைக் கொட்டையை
உடைத்துத் தின்பதுபோல
உனக்கு அன்பைத் தந்தேன்
தெருவித்தைக்காரனின் விலங்கென
உன் கால்களில் அது இடறியபோது
நீ பதற்றமடைந்திருக்கலாம்
காதலின் முற்றத்தில்
அரும்புக்குப் பிறகு அரும்பு சிந்தும்
என்பதை நான் உணர்ந்திருக்கிறேன்
நிமிடத்திற்கு நிமிடம் எனக்குள்
பெருகிக் கொண்டிருக்கும் ஊற்றை
எப்படி அடைகாப்பேன்
எனக்கு மூச்சுத் திணறுகிறது
அந்திமக் காலத்தின் கடைசி ஆசையை
வெளிப்படுத்துகிறேன்
வஞ்சிக்கப்பட்ட என் அன்பை
பாலையின் எந்த ஆற்றில் கரைப்பாய்?

எப்படி மறப்பேன் அம்மா

எத்தனை விசாலமான மனதுனக்கு
தரையில் வெயில் உறைந்திருக்கும்
மதியப் பொழுதுகளைக் கடந்து
கள்ளிப்பழம் பறித்துத் தருவாய்
பழச் சாயமேறிய உதடுகளால்
உனக்குச் சிவந்த முத்தங்களைத் தருவேன்
பழைய துணியைக் கைப்பின்னலிட்டு
புதிதுபோல் என்னை அழகூட்டுவாய்
அன்றெல்லாம் அதீதமாய் மகிழ்ந்திருப்பேன்
நிலவு இடம்பெயரும் இராத்திரிகளில்
என் பிஞ்சுவிரல்களை விலக்கிவிட்டு
நீயே பிசைந்து சோறூட்டுவாய்
பின் நீ வெறும்நீரால்
பசியாறிக் கொள்வாயாம்
நாளெல்லாம் நாற்று நட்டு
மடிநிறைய மாம்பிஞ்சுகளோடு திரும்புவாய்
அவற்றிலும்
தாய்ப்பாலின் வாசனை வீசும்
உழைத்து உரமேறிய உன் பாதங்கள்
சிறகுகளால் போர்த்தப்பட வேண்டியவை
தொலைவில்
அத்தனை பிரியங்களையும் கையிலேந்தி
வந்துகொண்டிருக்கிறேன்
எப்படி உன்னை மறப்பேன் அம்மா
சுடுகாட்டில் வேகுதடி உன்னுடல்.

இசையும் பாம்புச் சட்டையும்

அவள்
அந்த இசைக்கருவியை
இரு கைகளாலும் பற்றியிருக்கிறாள்
முலைமுதிரா இளம்பெண்ணின்
செழிப்பான கனவைப் போல
பருத்திருக்கும் நீண்ட மூங்கில் அது
உடலின் துளைகளைப் பதுக்கிக்கொண்டு
ஓர் உயிர்பிரியும் இசையை
வழியவிடக் காத்திருக்கிறது
காமப்பழத்தின் விதைகளையும்
கொண்டாட்டத்தின் தானியங்களையும்
வலியூறிய இறகுகளையும்
தன்னுள் தளும்பியபடி சரிந்திருக்கிறது
விரகம் மீதூறும்
மெல்லிய முத்தத்தைச் சுவைப்பதுபோல
உதடுகுவித்து அவளதை இசைக்கிறாள்
காமத்திலும் காயத்திலும் புரண்ட இசை
கோடையின் சுழலாய் மேலெழும்புகிறது
அவள் இசைக்க இசைக்க
உடலெங்கும் தாழைக்காட்டின் வாசனை
உயிர் எப்போதோ உருகியிருந்தது
அவள் வாசித்து முடிந்ததும்
அவ்வறையில் எஞ்சியிருந்தன
ஒருதுளி இசையும் ஒரு பாம்புச் சட்டையும்.

எங்கள் வளநாடு

எல்லா வளங்களும் நிறைந்திருக்கின்றன
என்னுடைய நாட்டில்
பச்சைத் தமிழன் சிவப்புத் தமிழன்
என்னும் இனப்பிரச்சினை இல்லை
செந்தமிழ் சென்னைத் தமிழ்
என்னும் மொழிப்பிரச்சினை இல்லை
இரத்தத் தூண்களின் மீது கட்டப்பட்ட
புத்த விகாரைகள் இல்லை
தடை செய்யப்பட்ட ஆயுதங்களைப்
பயன்படுத்தும் கொடூர யுத்தம் இல்லை
உயிர் பிழைக்கப்
பதுங்கிக்கொள்ளும் குழியும் இல்லை
போர்நிறுத்தம் என்னும் மாய்மாலம் இல்லை
சயனைடு குப்பியைக் கழுத்திலணிந்த மாவீரர் இல்லை
கொல்லப்பட்ட பிறகும்
புணரப்பட்ட பெண் போராளிகள் இல்லை
பிஞ்சுக் குழந்தைகள்மீது
குண்டு வீசப்பட்ட செஞ்சோலைகள் இல்லை
உயிரோடு உடலையும் காணாமல் அடிக்கும்
முள்வேலி முகாம்கள் இல்லை
கூட இருந்தே குழிபறிக்கும்
கருணையற்ற துரோகிகள் இல்லை
வாய்க்காலில் எல்லாம் முடிந்தபோது
பள்ளியறைகளில் யாரும் படுக்காமல் இல்லை
இப்படியெல்லாம் எழுதிக்கொண்டிருக்கும்
எனக்கு மானமும் இல்லை
நான் தமிழச்சியும் இல்லை.

புராதனக் கோயில்

என்மீது உதிர்ந்த
உன் சருகுகளால் தீமூட்டு
என் சுண்ணம் என் சாந்து
உருகி வழிகிறது

ஓங்கி உயர்ந்த என் அழகுகெட
பிளவுகளில் கிளைபரப்பி
என் கற்களைத் தகர்
உணர்வின் பறவைகள் பறக்கின்றன

உள்நுழைந்த உன் வேரிலிருந்து
அதியற்புதத் துளியைச் சிந்து
கருவறை
மேலிருந்து மூழ்குகிறது

காலத்தின் புராதனக் கோயில் நான்.

களப்பலி

நினைவுகள் அறுந்து தொங்கும்
ஒரு கொடுங்கனவில்
தசை கிழிந்த குருதி முகங்கள்
உறைந்து மறைகின்றன
கருணையின் நிறங்கொண்ட அடர்வனத்தில்
ஒரு துன்பியல் சித்திரத்தைப் போல
அசைவற்றிருக்கிறது
இரசாயனம் தின்ற எலும்புக் குவியல்
மீயொலி குடித்த உயிரினமாய்
போரின் பேரோலம் நுகர்ந்து
நீர் வற்றிய கருவறைக்குள்
அலைகின்றன கண்திறவாத சிசுக்கள்
பொழுதுகளைப் பட்டினியால் கடந்துசெல்வது
சிறு ரொட்டித்துண்டுக்கு மட்டுமல்ல
என்றாலும்
சிதைந்த உறுப்புகளிலிருந்து வழியும்
வெளிர்ந்த இரத்தத்தைப் போலவே
கண்ணீரும் ஆவியாகிக் கொண்டிருப்பதை
அவர்கள் அறியாமலில்லை
ஆகவே
நான் பழகிக் கொண்டிருக்கிறேன்
மீண்டும் ஒருமுறை
பதுங்குகுழிக்குள் சிறுநீர் கழிக்கவும்
ருசியை வென்று இலைகளை உண்ணவும்
ஆயுதமேந்தி வனங்களில் திரியவும்
கருவிகளற்றுக் களப்பலி அடையவும்.

கற்சிற்பம்

செயற்கையாய்க் குளிரூட்டப்பட்ட
அவ்வருங்காட்சியகத்தில் நுழைகின்றேன்
சோடியம் ஆவி விளக்கிலிருந்து
ஒளி தூறிக் கொண்டிருக்கிறது
கடந்துபோன நூற்றாண்டுகளின்
கற்சிற்பங்கள்
குறிப்புகளோடு அமர்ந்திருக்கின்றன
வியந்தபடி
அவற்றைத் தொடாமல் நகர்கின்றேன்
மூலையில் நின்றிருக்கும்
மூக்குடைந்த வீரனின் சிலை
என் தோளைப்பற்றித் திருப்புகிறது
எனக்கு நா எழவில்லை
அறையெங்கும்
வெப்பம் வியாபிக்கிறது
வெளிச்சமும் பெய்யவில்லை
ஒரு நீண்ட உதயத்திற்குப் பிறகு
அடுத்த பார்வையாளனுக்குக்
காத்திருக்கிறது என் கற்சிற்பம்.

இயற்கையின் பேரூற்று

உயிரோடு புதைப்பாய் என்னை
பசிய புற்களுக்குக் களமாகி
வளநிலமாய்ப் பரவிக் கிடப்பேன்
என்னைத் தீயிட்டும் கொளுத்தலாம்
நெருப்பாலான புறாவாகி
வெளியெங்கும் பறந்து திரிவேன்
மந்திரக்கோலால் பூதமாக்கிக்
குப்பிக்குள் அடைத்து வைக்கலாம்
பாதரச ஆவியாகி
வானமாய் உயர்ந்து நிற்பேன்
நீரை நீருக்குள்
அமிழ்த்தி வைப்பதைப் போல
காற்றுக்குள் கரைத்து விடலாம்
அதன் அத்தனை பக்கங்களிலிருந்தும்
சுவாசமாய் வெளிப்படுவேன்
உன் அரண்மனைச் சுவர்களில்
சித்திரமாகச் சட்டமிடலாம்
காட்டாறாய் வழிந்து
உன்னைக் கடந்து போவேன்
நானே நிலமாகி
நானே நெருப்பாகி
நானே வானாகி
நானே காற்றாகி
நானே நீராகி
அடைக்க அடைக்கப் பீறிடுகின்ற
பிரபஞ்சத்தின் ஊற்றுக்கண் நான்.

சிறுநீரின் நிறம் கருப்பு

என்னிடமிருந்து
வேட்டைக்கருவிகள் பறிக்கப்பட்டு
நீண்ட கழியும் சிறு பாதாளக்கரண்டியும்
உள்ளங்கைகளில் தைக்கப்பட்டன
அன்று என் வீடு
தொடர்ச்சியான மரணம் கண்ட
வீடு போலிருந்தது
என் மூதாதையரின் வாழ்வு
பச்சிலைச் சாறெனக் கண்களில்
வழிந்து கொண்டிருந்தது
ஓர் அந்தகாரம் எழும்பி
சூரியனை இருட்டாக்கிவிடும் என
நம்பிக் கொண்டிருந்தேன்
பன்றிகள் துளைத்தெடுத்த முன்வாசலில்
வாழையும் சாமந்தியும் பூக்கவே செய்தன
அவர்கள் நெருஞ்சிப்பழம் போல வந்து
என்னை அழைத்துச் செல்லும்பொழுது
உடல் முழுவதும் அவரை இலைகளைத்
தேய்த்தனுப்புவாள் என் மனைவி
கழிவுகள் அடைத்திருக்கும் குழிகளில்
இறங்கும்போது
தோல்புத்தகத்தில் எழுதப்பட்ட
பாலிப் பாடல்களை உரக்கப் பாடுவேன்
என் மகள் இப்போதும் வினவுகிறாள்
கருப்பாக வெளியேறும் என் சிறுநீர் பற்றி.

தீண்டப்படாத முத்தம்

எம் வாய்களில் திணிக்கப்பட்ட
மலத்தையெல்லாம் திணித்தவர்கள்மீதே
துப்பத் தெரிந்து கொண்டோம்
எம் வயிறுகளுக்குச்
சாணிப்பால் புகட்டிய கரங்களை
நரம்பறுக்கவும் கற்றுக் கொண்டோம்
மறுக்கப்பட்ட தெருக்களில்கூட
செருப்பணிந்து செல்லும்
செருக்கினைப் பெற்றுவிட்டோம்
ஆண்டைகள் முன் அடிபணிந்தே
வளைந்துபோன முகுகெலும்புகளை
நிமிர்த்திப் போடவும் அறிந்துகொண்டோம்
நீரற்ற ஓடைகளில் நிகழும்
ஆணவக் கொலைகளிலிருந்து
உயிர்த்தெழுவும் உணர்ந்து கொண்டோம்
கைநாட்டுகளைத் தடமழித்து
ஏடெடுக்கவும் எழுந்து நின்றோம்
ஒடுக்கப்பட்ட தோற்பறையிலிருந்து
விடுதலையின் மாஇசையை
மீட்டெடுக்கவும் பழகிக் கொண்டோம்
என்றாலும்
எம் கருத்த உடல்களிலிருந்து
சிந்தப்படுகின்ற இரத்தமெல்லாம்
இத்தேசத்தில் தீப்பற்றி எரிகின்றன
தீண்டப்படாத முத்தங்களாக.

போராளி

இந்தக் கண்களால்தான்
பார்த்துக் கொண்டிருக்கிறேன்
மரம் துளிர்ப்பதை
பூப்பதை
வேனிற்காலத்தை
சருகை விதையை
வேரை நிழலை
போர்க்களத்தை மரணத்தை
நீ கொல்லப்படுவதை
உயிர்ப்பதையும்

கொற்றவை

முன்புறம் அகன்று சரிந்த மலை
தன் மார்பிலிருந்து பிதுக்கித் தள்ளிய
சூரியன் சஞ்சரிக்கும்போது
எழுகின்ற சிறுமிகளின் இரைச்சல்
மலை மறுதிசை நகர்ந்துசென்று
தன் தொண்டைக் குழிக்குள் சூரியனை
விழுங்கிவிடுகையில்
காணாமல் போய்விடும் என்பதை
இரவு எனக்கு
நினைவுபடுத்தி அச்சமுட்டுகிறது
சூரியன் உலவுகின்ற இடம்
கிழக்கிற்கும் மேற்கிற்கும்
இடையிலுள்ள தூரம் என்று
கடந்துவந்த பறவைகள்
சொல்லக் கேட்டு அறிந்திருக்கிறேன்
கண்களுக்கும் கால்களுக்குமான தூரமும்
கடிகாரத்தால் கணக்கிட முடியா ஒன்றென்று
உன் நிலத்துக் கொற்றவை
என் நாக்கில் எழுதிவிட்டுச் செல்ல
சன்னல்களையும் கதவுகளையும்
இறுகச் சாத்திக் கொள்கிறேன்
கதவிடுக்கில் மாட்டிக்கொண்ட
காதல் கசிந்து விடாதபடி.

உடலறு நிலை

மஞ்சள் கறைபடிந்த இளவெயில்
பின்பனியெனத்
தூறிக்கொண்டிருக்கும் சாயுங்காலம் அது
சுவர்களற்ற சின்னஞ்சிறு அறையில்
ஒளி அசைந்துகொண்டிருந்தது
அவளும் அவனும் நானும்
எதிரெதிரே அமர்ந்திருந்தோம்
அவர்களால் சேமிக்கப்பட்ட காதலும்
சிந்தப்பட்ட காமமும்
அச்சமுட்டிக் கொண்டிருந்தன
பிரிவின் துடுப்புகள்
அசைந்தபொழுது
மலையெனக் குவிந்திருந்த காதல்
தோல் பிரிந்து மூழ்குவதை
மூவரும் உணர்ந்திருந்தோம்
அவளது இதயம்
உடலின் வெளியே துடித்துக்கொண்டிருந்தது
அவன் கண்களிலிருந்து
முத்தங்கள் உதிர்ந்துகொண்டிருந்தன
நான் கையறுநிலையில் இருந்தேன்
தேற்றும் வழியின்றி
அவளுக்கான என்னுடலை அவனுக்கும்
அவனுக்கான என்னுடலை அவளுக்கும்
கிடத்தினேன்
பின்
மூவரும் சந்தித்துக்கொள்ளவில்லை.

பறவைகளின் பாடுங்காலம்

அரிந்து உறையிலிட்ட கொய்மலர்களைக்
கையில் பற்றியிருக்கும்
மணவாளனை அழைத்துச் செல்வதுபோல்
நீயும் நானும் பயணப்படுகிறோம்
எரிமலையின் சாம்பல் வாயினையும்
தொடைகளை ஒத்த மலையிடுக்குகளையும்
ஆழ்ந்த பள்ளத்தாக்குகளையும்
தேர்ந்த வழிகாட்டியெனெ
உனக்குக் காட்டுகிறேன்
காட்டாறுகளின் கைகள்
நம் உடைகளை உருக்கியெடுத்து
இறுகத் தழுவுகின்றன
மரங்கள் பூக்களில் பொதிந்துள்ள
கருவாசனையை நம்மீது தூவுகின்றன
நீரிலும் நிகழ்ந்தேறுகிறது நம்கூடல்
கொடியிலிருந்து உதிர்ந்த முல்லைப்பூக்கள்
நம்மைப் போர்த்த
நுரைத்துச் செல்கிறது விடுபட்ட உடற்சாறு
இன்னும் சிறிது காலம்
என்னுடலின் அணுக்கம் வேண்டி
இருகை நீட்டுகிறாய்
நிர்வாணமாகவே கரையேறுகிறேன்
பறவைகள் தம் பாடுங்காலத்தை
ஒருபோதும் மறப்பதில்லை.

ஓராயிரம் கோடைகள்

வெடிக்கும் பருத்தியைப்போல
ஆழ்ந்த வெக்கையுடன்
வந்துவிடுகிறது கோடைக்காலம்
முன்னறிவிப்பின்றிக் கசியும் தூமையாய்
இரவிலும் அதன் இருப்பு
எதிர்கொள்ளும் வலுவற்றுப்
பதுங்கும் சர்ப்பமெனச் சயனிக்கிறோம்
புறவழிச் சாலைகளில்
கொட்டிக் கிடக்கும் கானல் நீரும்
ஆவியாகிக் கொண்டிருக்கிறது
ஊர்துறந்த வழிப்போக்கர் எவரும்
தென்படவில்லை
பறவைகள்
முலைப்பாலருந்தும் குழந்தையைப் போல்
வெற்றொலிகளை உமிழ்ந்தபடி பறக்கின்றன
இடையறாது வழிந்த நீரூற்றுகளும்
மலடுதட்டிப் போகின்றன
முள் அகற்றாத
கள்ளிப்பழம் புசித்தலை ஒத்திருக்கிறது
திரி அணைந்த பின்னிரவு
கோடை எவருக்கும் ருசிப்பதில்லை
ஒவ்வொருவருள்ளும் ஓராயிரம் கோடைகள்.

இன்னுமொரு விதை

மனசாட்சியுள்ள
எந்தத் தொலைக்காட்சியிலாவது
அந்தரங்க உறுப்புகள் மறைக்கப்பட்ட
என்னுடைய சடலத்தைக் கண்ணுற்று
நீங்கள் பதறி இருக்கலாம்
ஒளிப்பதிவு செய்யப்பட்டவை என்பதை மறந்து
இரத்தச் சகதியில் விறைத்த
என் உடல்மீது கொட்டிக்கிடக்கும்
சருகுகளைக் கையால் விலக்குகிறீர்கள்
திறந்திருக்கும் என் கண்களில் மிளிரும்
என் நிலத்தின் வரைபடத்தை
ஒரு நொடியில் நீங்கள் உணர்ந்திருக்கலாம்
குண்டுகள் தீர்ந்த துப்பாக்கி
என் கையைப் பலமாகப் பற்றியிருப்பதைக் கண்டு
அதிசயிக்கிறீர்கள்
துல்லியமாக ஒலியறியும் என் செவிகளில்
ஏளனச் சிரிப்பு மோத
எதிர்நின்று சதிராடாதவர்கள்
கொடூரம் பாவோடிய உறுப்பாயுதத்தை
என்னுள் இறக்குவதைக் காணச் சகியாமல்
கண்களைத் தாழ்த்துகிறீர்கள்
வன்மத்தில் தோய்ந்த விந்துவும்
என்னுள் வெந்து வெளியேறுகிறது
சிவந்த என் முகத்தில் மொய்க்கும் ஈக்களாவது
சுதந்திரமாகப் பறந்து திரிவதைக் கண்டு
ஆறுதலடையும் நீங்கள்
கூர்ந்து பார்த்தறியாத ஒன்றுண்டு
வெட்டுண்ட எம்முலைகளின் நுனியில்
இன்னொரு போராளிக்கான விதையை.

மோசமான புத்தகம்

நிசப்தம் பின்னப்பட்ட நள்ளிரவில்
காலக்கிரமமாய்
நிறுத்தப்பட்டிருக்கும் புத்தகங்கள்
அலமாரியிலிருந்து கீழிறங்கி
உறக்கத்திலிருக்கும் என்னைப்
புரட்டிப் புரட்டி வாசிக்கின்றன
முடிந்ததும்
மூலைக்கு ஒன்றாய்
என்னைச் சிதறடித்தபடி
குறிப்பேட்டில் எழுதிவிட்டுச் செல்கின்றன
இவள்
உலகின் மிக மோசமான புத்தகம்.

கத்தரிக்கப்பட்ட மயிர்

இந்த நிலம் இந்த ஆறு வனாந்திரம்
மொழி பனியாறு பாலை
எரிமலை புல்வெளி
பறவைகள் விலங்குகள்
மழை வானம் உடல் நீரூற்று
நிர்வாணம் காமம் கடல்
ஸர்ப்பம் பள்ளத்தாக்கு பரிசுத்தம்
எல்லாம் என்னுடையவை
கத்தரிக்கப்பட்ட மயிர்
மண்ணில் மக்குவதில்லை.

முதல் முத்தம்

கனிந்த வேப்பம்பழத்திலிருந்து
வெளியேறும் விதையென
என்னிலிருந்து நீங்குகிறது வெட்கம்
நீயும் அறங்கள் அனைத்தும் அழிய
சாய்ந்த மரத்தின் வேராகி நிற்கிறாய்
உன்மத்தம் வடியும் உன் வேர்கள்
என் நிலம் நோக்கி நகர
ஆழத்தில் புதைந்திருக்கும் நாளங்களில்
ஊமத்தைகள் தளும்புகின்றன
கள்ளியின் முட்கள் உள்ளிறங்க
பீறிடும் இரத்தத் துளிகளாய்
என் உடல் முழுவதும்
உருள்கின்றன அன்பின் முத்துகள்
உன் சுடுமூச்சுகளின் நூல்கொண்டு
ஒவ்வொன்றையும் கோக்கிறாய்
தொங்கும் தோட்டமாகி மிதக்கிறேன்
பறவைகளற்ற வானம் பிரகாசமடைய
முதல் முத்தமொன்றைத் தருகிறேன்
எவரும் விழித்திராத கருக்கலில்
சாதியின் கொடூர ஓடையில் மிதக்கின்றன
அரிந்து வீசப்பட்ட நான்கு உதடுகள்.

விசும்பல்

முளைக்கும் விதைகளற்ற
மலைப் பாறைகளை
வெட்டி எடுத்துச்
சதுரமாயும் நீள்சதுரமாயும்
வீடுகளில்
பதித்துக் கொள்கிறோம்
அம்மலைகளின்
மெல்லிய விசும்பல் சத்தம்
இரவு முழுவதும்
கசிந்தபடி இருக்கிறது
படுக்கையின் கீழிருந்து.

காட்டுவேர்

குருதியால் கெட்டித்துப்போன
மண்ணும்
சடலங்களின் வாசனையூறிய
காற்றும்
மௌனங்கள் தோய்ந்த
ஈழக்காட்டில்
இடையறாது பேசுகின்றன
பௌத்தத்தின் வேர் பற்றி.

முன்னிகழ்ந்தவை

திமிர்ந்த பீடபூமி போலிருக்கும் அவள்
உயர்குன்றின் மீதிருந்து பார்க்கிறாள்
உறைந்த நெருப்புக் குழம்பென
கருத்திருக்கும் காலடியிலிருந்து
விரிகிறது அவள் நிலம்
வரப்புகளற்ற பெருநிலம்
நீரைப் புணராப் பாலைகளும்
வெப்பத்தைப் பருகா மேய்ச்சல் நிலங்களும்
சிலிர்ப்பூட்டுகின்றன
முடிச்சுகளிலிருந்து
அவிழும் மலைத்தொடர்கள்
அவளுடலில் ஊர்ந்து செல்கின்றன
நதிகளையும் நாணல்களையும்
நீரூற்றி வளர்க்கும் அவளின் நிழல்
ஆழ்கடல்களிலும் படர்ந்திருக்கிறது
அவள் வியர்வையில்
பூத்துக் காய்த்த தானியங்களில்
வன்பறவைகள் பசியாறுகின்றன
தோலுரிக்கப்படாத அவள் மொழிக்கு
வெளுத்த பனித்துருவங்கள் நிறமூட்டுகின்றன
நிலம் முழுவதும் பெண்வாசனை வீச
அவள்மீது செம்மதுவின் வாசனை
இவையெல்லாம் அவளின்
முதல் கூடலுக்கு முன்னிகழ்ந்தவை.

புத்தரும் இறைச்சிக் கடையும்

எரிநட்சத்திரத்தின்
உதிர்ந்த சாம்பலாகி
அந்த நகரத்தை அடைகின்றேன்
கடை வீதிகளில் எதிர்ப்பட்டவர்கள்
உரக்கப் பேசியபடி கடக்கின்றனர்
யாருடைய கண்களிலும் சாந்தமில்லை
தூரத்துப் புல்வெளியில்
மேய்ந்துகொண்டிருந்த ஆடுகள்
தூக்கிலிடும் தருணத்தைப் போல்
அமைதியுற்றிருக்கின்றன
இருவாழ்வியென
மனம் அல்லல்படுகிறது
போதியின் எதிரே ஏந்திய விளக்குகள்
உருக ஆரம்பிக்கின்றன
அவற்றின் ஒளியில் அசைந்தாடுகின்றன
சிங்காரம் மிக்க கற்பிரதிமைகள்
நான் கண்களால் தேடுகிறேன்
தண்ணென்று ஒளிரும் சோலையை
சித்திரவித்தை மிக்க அரண்மனையை
உலா சென்ற தெருவை
எவையும் காணக் கிடைக்கவில்லை
பின்புறமுள்ள இறைச்சிக் கடையில்
வீற்றிருக்கிறார்
அருளறம் வழங்கிய சாக்கியமுனி.

சாம்பல் பூக்காத முத்தங்கள்

நதிகள் பாய்கின்ற ஈரநிலத்தில்
பரிவாரங்களோடு காத்திருக்கிறாய்
வனாந்தரத்தில் வழிதவறிய பெண்ணின்
மேலாடையால் ஆனது உன் வசிப்பிடம்
தொங்கும் அவள் கண்கள்
சரவிளக்குகளைப் போல
வெளிச்சத்தை வீசுகின்றன
அறுக்கப்பட்ட தொப்புள்கொடியை
மதுவருந்தும் குவளையாக்கி
என்னை வீழ்த்திடத் துடிக்கிறாய்
நிலவு சயனிக்கின்ற சாமத்தில்
கீழே விழும் நட்சத்திரங்கள்
மீண்டும் வானமேகா என்பதையும்
குளிர்ச்சி பொருந்திய அரும்பினை
அவிழ்த்துவிட்டுச் செல்வது
தென்றலாக இராது என்பதையும்
நீ கண்டடைந்திருக்கலாம்
என் மார்பிலிருந்து பெருகிய
காதல் நீரோட்டங்கள்
உன்னிலிருந்து விலகும் பொழுதில்
வெம்மை படர்ந்த விருட்சத்தின்
உரிகின்ற பட்டையைப் போல்
என் உதட்டிலிருந்து கழன்றுவிழுகின்றன
சில சாம்பல் பூக்காத முத்தங்கள்.

நான்

பிடரி சிலிர்த்த குதிரையின்
இரை விழுங்கும் மலைப்பாம்பின்
அலகு வளைந்த வல்லூற்றின்
உன்னதம் வீசும் தேவதையின்
தந்தங்கள் கூர்ந்த யானையின்
உன்மத்தம் பிடித்த குடிகாரியின்
நடைபாதையில் புணரும் விலைமகளின்
இன்ன பிறவற்றின்
சாயலுடையவளாகச்
சங்கேதக் குறிப்புகள் உலவுகின்றன
நானோ
என் நிழலின் சாயல்.

எதுவும் மிச்சமில்லை

சிந்திய அமிலமாய்க் கண்ணீர் வழிய
பதுங்கறைக்குள் ஒளிந்திருந்த பொழுது
விழுந்த ஷெல்லினால்
குமைந்த என் வீடு
கடைவீதியின் கால்வாய் ஓரம்
அழுகிய சடலமாய்க் கிடந்த கணவனின்
இரத்தம் தோய்ந்த பொத்தல் சட்டை
பள்ளியிலிருந்து திரும்பி வருகையில்
வல்லுறவால் உயிரிழந்த மகளுக்கு
வாங்கிவைத்த துணிநாப்கின்
கள்ளத்தோணியில் அனுப்பி வைத்தும்
மணல்திட்டில் மாட்டிக்கொண்ட
அகதிமகனின் மரண ஓலம்
சேலைத்தலைப்பில் முடிந்து வைத்த
குருதி நனைந்த பிறந்தமண்
குண்டு வெடிப்பால்
முலைகள் இரண்டும் பிய்ந்த மார்பை
ஒட்டியிருக்கும் எனது உயிர்
பஞ்சடைந்த என் கண்களுக்குள்
படமாய் விரிகின்ற தனி ஈழம்
இவை தவிர
எதுவும் மிச்சமில்லை என்னிடம்.

கடைசி முத்தம்

அவர்களால் நிர்மாணிக்கப்பட்ட தோட்டம்
ஏதேனின் சாயலாய் இருந்தது
கூடியபின் தளரும் உடலைப் போல்
அவ்விடத்தின் நறுமணம்
மென்மையுற்றிருக்க
விலக்கப்பட்ட கனியைப் புசித்த பிறகும்
நிர்வாணிகளாகவே திரிந்தனர்
அவர்களிடமிருந்து வழிந்த காதல்
நதியென ஓடிக்கொண்டிருந்தது
அதன் ஆழத்தில் நீந்தியபொழுது
காமம் துண்டங்களாகி மிதந்தன
துண்டங்களைக் குவித்து
அவள் அடைகாக்க
அவன் முத்தங்களைப்
பொரிக்கத் தொடங்கினான்
இருவரின் மூச்சுகளும்
உடைந்து கொண்டிருந்தன
முத்தத்தின் எண்ணிக்கை கூடக் கூட
அவளுடலின் இடம் தீர ஆரம்பித்தது
இறுதி முத்தத்திற்கு
அவன் இடம்தேடி அலைந்தபோது
அவள் மெல்லப் புன்னகைத்தாள்
கடைசியில் முத்தமிட்டு முடிந்தபோது
பூமி வெள்ளத்தில் மூழ்கியிருந்தது.

காயடிக்கப்பட்ட விதைகள்

எனக்கு ஐந்து வயதிருக்கும்
இந்தப் பூமியில்
எங்களுக்குக் கொஞ்சம் நிலமிருந்தது
பழுப்புநிற மீன்கள் புரளும் ஆறு
வெகுதொலைவில் ஓடியதாய் நினைவு
அருகிலிருந்த மலைகளிலும்
பனிப்பொழிவு எதுவுமில்லை
இயற்கை பேருருக்கொண்டு
எங்களை வஞ்சித்துவிட்டது
சூரியனின் குளிர்ந்த கதிர்களைத்
தொழுத என் தந்தை இப்போது
கீழ்த்திசையை ஏறிட்டும் பார்ப்பதில்லை
அவர் கரங்களால் நிலத்தை உழுதார்
நானும் என் சகோதரிகளும்
சிறுசிறு கற்களைப் பொறுக்கிப்போட்டோம்
நீளமான கூந்தலையுடைய என் தாய்
நிலத்தைக் கண்ணீரால் நனைத்தபடி
பின்தொடர்ந்தார்
ஒரு நாள் நிலம் இளகியதும்
நாங்கள் சோளத்தை விதைத்தோம்
குருவிகளின் சீழ்க்கை ஒலியோடு
அறுப்புக்காலமும் நெருங்கியது
பிழியப்படாத தேனைடைக் கதிர்களைச்
செங்காந்தள்போலக் கொய்ய ஆரம்பித்தோம்
பனிக்குடத்திலிருந்து கதறி அழுகின்றன
காயடிக்கப்பட்ட விதைகள்.

பிசின் வடியும் பாம்புகள்

பாறையிடுக்குகளில் பதுங்கியிருக்கும் அவை
உறக்கத்திலும் என்னைப் பின்தொடர்கின்றன
வாலைச் சுழற்றி ஓசையெழுப்பி
என்னைக் கோபமூட்டுகின்றன
உக்கிரத்தின் கவையால் விரட்டுகையில்
அவை பீய்ச்சியடிக்கும் நீலச்சாறு
என் கண்களைக் குருடாக்குகின்றது
விஷம் முறிக்கும் வேரை
வாய்க்குள் மறைத்திருந்தாலும்
கழிவுநீர் கலக்கும் முகத்துவாரமாய்
என்னுள் பரவுகிறது விஷம்
உடல் முழுவதும் தீண்டிய பற்தடங்கள்
வாதை செய்ய
முத்தமிடுவதான பாவனையில்
அவற்றின் தலைகளைக் கிள்ளி எறிகின்றேன்
கூகைகள் இளைப்பாறும் காட்டுமுருங்கைபோல்
துளிர்த்துக்கொண்டே சீறுகின்றன
அடிமடியைக் கைகளால் துழாவிக்
கருப்பையை நெருப்பிலிடுகின்றேன்
சடசடத்து எரிகின்றன
பிசின் வடியும் பாம்புகளும்.

அருந்தப்படாத நீரூற்று

இரத்தவாடை நிரம்பிய என்னுள்
நூற்றாண்டு மண் சரிந்திருக்கிறது
துக்கத்தின் சாம்பலால் கிழிந்த பாடல்
நீர்த்தாரையெனக் கசிய
அழுகை சொரசொரத்த சுவர்களில்
கடைசிச் செய்தியின் சித்திரங்களும்
குவிந்த உதடுகளின் காய்ந்த முத்தங்களும்
தொங்குகின்றன
எவரும் அறியாமல் கூடுபவர்களின்
வழித்தெடுத்த காதலென
என் கனிமங்களில் எவையும் மிச்சமில்லை
எண்ணெய் தீர்ந்துபோன விளக்கின்
கடைசித்துளி வெளிச்சத்தைப் போல
என் சுவாசம் அலைகிறது
அவ்வேளையில்
கைவிடப்பட்ட என் வாயிலினுள்
அன்பின் விதைகளைத் தூவுகின்றாய்
உனது இதழின் எச்சில்
அருந்தப்படாத நீரூற்றுகளை
எனக்குள் பீறிடச் செய்கிறது
உலகின் உன்னதச் சுரங்கம்
நானாகிறேன்.

தோல் பிதுக்கப்படாத குறி

காற்று உறங்கும் நள்ளிரவு
அலரிப்பூக்கள் அவிழ்ந்திருக்கும் இடுகாட்டில்
பெண்ணுடலைத் தோண்டியெடுத்துப் புணர்பவன்
சருகுகள் தேங்கும் அரவமற்ற சாலையில்
இறகெனப் பறக்கும்
மனநலம் வாய்க்காத பெண்ணொருத்தியைப்
புதருக்குள் வல்லுறவு செய்பவன்
தளிர்நடை அகலாக் குழந்தைகளைப்
புழங்காத அறையொன்றில்
வாய்பொத்தி உயிர் உறுப்பைத் தின்பவன்
அனைவரையும் நிர்வாணமாய்க்
கருங்கல் வெளியில் நிறுத்தியிருக்கிறேன்
அவர்கள் உடல்களிலிருந்து
திருப்பிவிடப்பட்ட கால்வாயாய்
செம்பழுப்புநிற விந்து பெருகுகிறது
என் விலா எலும்பொடித்துச் செதுக்கிய வாளை
நெடுக்காக வீசுகிறேன்
ஒரே வீச்சில் அம்பாரமாய்க் குவிகின்றன
வால் சிக்குண்ட பாம்பென அலைந்த
அத்தனை குறிகளும்
அதற்குப் பிறகு ஆதாம்
தோல் பிதுக்கப்படாத குறியுடன் திரிவதாய்
ஏதேன் தோட்டத்துக் காவலாளி சொன்னான்.

நனவிலி

தோள்களின் மீது வந்தமரும்
செம்பறவைகளின் கவனத்தோடு
உன் கண்களை வாசிக்கிறேன்
மழைப் பொழுதின் சிலிர்ப்புகளும்
வேனிற்காலத்து வியர்வைத் துளிகளும்
பிரித்தறியா நிறத்தொடு
கூடிக்கிடக்கின்றன உன் கண்களுக்குள்
அவற்றில் நுழையும் வழியற்று
நுரை ததும்பும் கடற்கரை மேடுகளில்
விரிக்கப்பட்ட வலையென
உலர்கின்றது நமக்கிடையேயான அன்பு
மணலில் அழுந்திய சங்குகள்
எப்போதும் உன் சுவடுகளை
அடையாளப்படுத்தியபடியே இருக்கின்றன
மடலேறும் சாத்தியமும் முறிவுற்று
சுருண்டு படுத்திருக்கிறேன் உன் தொடுதலுக்காக
முன்பு ஒருமுறை எனக்கு
முத்தமொன்றைத் தருவதாய்ச் சொல்லியது
நனவிலி மனமாக இருக்கலாம்
கரையொதுங்கிய அலையாத்திப் பூவாய்
ஈரத்தால் கிழிந்த என் கன்னங்களைக்
கடற்கரை மணலில் பதித்து வைத்திருக்கிறேன்
கண்டறியப்படாத ஒரு பாலைவனத்தில்
உலர்ந்த இரு உதடுகள்
சருகெனப் பறப்பதாய்ப் பேசிக்கொண்டார்கள்.

விலக்கப்பட்ட முத்தம்

களிப்பின் சுனை வறண்ட
என் சின்னஞ்சிறு பிராயத்திலிருந்தே
நூலறுந்த பட்டத்தைப் போல்
கண்டையைக் கூடாதிருந்தது அது
சபிக்கப்பட்ட தேவதையெனக்
கண்ணீரை மென்று விழுங்கி
பள்ளத்தாக்குகளிலும்
விளைவிக்கப்படாத வன்நிலங்களிலும்
அதன் நிழலைத் தேடி அலைகின்றேன்
முளைக்காத விதையாய்
உருமாறித் திரியும் அதன்
நிராகரிப்பின் வலி
என் உடல்முழுவதும் ஒழுகுகின்றது
அதன் உப்புச்சுவைக்காக
வீழ்ந்த பேரரசுகளையும்
புதைந்துபோன காதல்களையும்
உயிர் வழிய வாசிக்கின்றேன்
அதன் பிம்பம் உதிர்ந்த இலையாகி
துயரின் ஓடையில் மிதக்கின்றது
எனக்கு மட்டும் என்று
அதை நெய்யத் தொடங்குகிறேன்
நஞ்சோடு மெல்ல உருப்பெறுகிறது
காதல் மிகுந்த பொழுதொன்றில்
அதன் மேலோட்டை உடைக்கின்றேன்
வெடித்துக் கிளம்பும் அது
விலக்கப்பட்ட முத்தமாயிருந்தது.

பருத்திருக்கும் பருவங்கள்

பூக்களின் சூல்கள் பெருகும்
வசந்த காலத்தை நானும்
நவீன சுவரோவியத்தின்
பிரதியாய்த் தொங்கும்
இலையுதிர் காலத்தை நீயும்
சுமந்து திரிகிறோம்
எண்களிடப்பட்ட
அடர்ந்த மரங்களினூடாகவோ
நிதம் வெயிலைத் தின்று
பசியாறும் மலைகளின் உச்சிகளிலோ
ஒருமுறையேனும்
நாம் சந்தித்துக் கொண்டதில்லை
என்றாலும்
ஒளிரும் நடுநிசி நட்சத்திரத்தைப் போல
என்னைப் பின்தொடர்ந்தே வருகிறாய்
பின்புறம் செதுக்கப்படாத
புடைப்புச் சிற்பத்தைப் போல்
தட்டையான என் பருவத்தின்
கடைசித் துளியைப் பருகக் கொடுக்கிறேன்
அத்துளிதான் உன்னைத்
திராவகத்தினுள் விழுந்தவனைப் போலாக்குகிறது
பிறகொரு நாள்
நானேதான் உன்னை மீட்டெடுத்து
முத்தமிட நெருங்குகையில்
நம் உதடுகளுக்கிடையே தொங்குகின்றன
கிழிக்கப்படாத நாள்காட்டியைப் போல்
பருத்திருக்கும் நமதிந்தப் பருவங்கள்.

சுயம்புலிங்கமே போற்றி

வேறு வேறு யுகங்களுக்குப் பிறகு
கனவில் நிழலாடினார் என் தந்தை
அவரின் குளிர்மேகக் கைகளில்
கோதுமையை நுரைத்து வடித்த பானம்
நிறைந்திருந்தது
அவரைச் சுற்றிலும்
பிடவம்பூக்களை அலகுகளில் தரித்த
வெண்புறாக்கள் பறந்துகொண்டிருந்தன
என் முகத்தில் படர்ந்திருந்த பூனைமயிரைச்
சரிசெய்துகொள்ளத் தோன்றவில்லை
என் தலையை நிமிர்த்திச்
சிறிதளவு மதுவைப் புகட்டினார்
அவரின் நிழல்
கருக்கத் தொடங்கும்வரை பேசினோம்
பருவத்தின் சுக்கானை அவர் திருப்ப
பொய்த்த காதலை
என் வாயின் புயல் சுழன்றடித்தது
புறாக்கள் படபடத்தன
விசை பொருத்தப்பட்ட கருவி ஒன்றை
ஆடை மறைவிலிருந்து
உருவிப் பரிசளித்தார்
சோதித்தறிய விசையைத் திருகினேன்
ஆலயங்களுள் எழும்பின ஆயிரம் லிங்கங்கள்.

சிறப்பு மண்டலம்

குன்றுதோறும் சைகைகளைத் தவழவிடும்
அலுமினியக் கோபுரங்கள்
அருள் பாலிக்கின்ற முற்றத்தில்
புழுக்களைக் கொத்தும் பெண்மயில்களும்
கனிகளைக் கவ்வாத தத்தைகளும்
முருகக்கடவுளோடு இடம்பெயர்ந்துவிட்டன
ஒன்பதாம் வகுப்பு சமூகவியல் பாடத்தில்
அச்சடிக்கப்பட்ட குறிஞ்சிநிலம்
எங்களுடையது என்றால்
எல்லோரும் நகைக்கிறார்கள்
தேனும் தினைமாவும் கிழங்குச் சீவல்களும்
டப்பாக்களில் அடைக்கப்பட்டு
நாளங்காடிகளில் விற்பனையாகின்றன
சறுக்குமர மலையின் விளிம்புகளில்
நாங்கள் பாடிய குறவஞ்சிப் பாடல்கள்
கல்குவாரிக் குட்டைகளில் மிதக்கின்றன
கையில் குறிசொல்லும் கோலுடன்
கடற்கரை நகருக்கு
நகர்ந்துவிட்டனர் குறத்திகள்
புழுத்த அரிசிச் சோற்றைத் தின்றபடி
வேடிக்கை பார்க்கிறோம்
யாரோ யாருக்கோ கையளிக்கும்
எங்கள் வாழ்நிலங்களை.

உறையிலிடாத முத்தம்

எனது அறையில்
குவிந்திருக்கும்
ஓராயிரம் முத்தங்களில்
வெடித்திருக்கும்
உன் உதடுகளிலிருந்து பெற்ற
போர்க்கள முத்தத்தைத்
தேடிக் கண்டடையும் வேளை
அது
தடயமற்றுக் கரைந்திருக்கிறது
உறையிலிடாத உப்பாய்.

மூங்கில் முறியும் இரவு

சிவப்பு நூலைப் போலிருக்கும்
என் உதடுகளால்
விதைப்புக் காலத்தின் பாடலொன்றைப்
பாடுகிறேன்
ஆணிகளால் அறையப்பட்ட கதவு
தாளிடப்படவில்லை
அறையெங்கும் நீல ஊற்றுப் பீறிட
போதையைப் பிளந்துண்டவனின்
அல்லாட்டத்தைப் போலப்
பரவசமடைகிறேன்
மதகடைத்தபின் கசியும் நீரென
காமம் என்னுள் பரவுகிறது
அப்போதுதான்
அதுவும் அவளும் உள்நுழைகிறார்கள்
அது தன் புறாக்கண்களால்
பார்த்துக்கொண்டிருக்க
நானும் அவளும் நிர்வாணமாகிறோம்
தூரக்காட்டில் மூங்கில் முறிகின்றது
அவளிடமிருந்து புரண்டு நகர்கிறேன்
அவிழ்த்துப் போட்ட ஆடைகளின்கீழ்
படுத்துக் கிடக்கிறது இரவு.

இனியவை நாற்பது

தெய்வம் மறுத்தல் தேரினை இழுத்தல்
கொள்கை மறத்தல் கூட்டணி வைத்தல்
அறங்கள் அழித்தல் ஆட்சி அமைத்தல்
உறவு மிகுதல் ஊழல் மலிதல்
களவு செய்தல் கடல்கடந்து பதுக்கல்
ஊர்ப்பணம் உவத்தல் உலகை மயக்கல்
ஏழையை அணைத்தல் ஏமாளி ஆக்கல்
கைது செய்தல் காவலில் அடைத்தல்
கொலைத்தொழில் புரிதல் கோட்டையைப் பிடித்தல்
கண்கள் துஞ்சல் கடற்கரையில் புதைத்தல்
இவையும் இவைபோல் பிறவும்
இனியவை நாற்பது என்மனார் கயவர்.

விநோத விலங்கு

நம்பிக்கையின் முதல் கணக்கு
சீம்பால் புகட்டிய தாயிடமிருந்து துவங்கியது
அவள் மார்பின் கதகதப்பு
மொழியின் நம்பிக்கையைக் கற்பித்தது
தொலைவிலிருந்து அடையாளம் காட்டப்பட்ட
அவளின் காதலன் சிலவற்றைத்
தந்துவிட்டுப் போனான்
மாங்கொட்டைகளைச் சுட்டுத்தின்ற பால்யப்பருவம்
பொறுக்க முடியாச் சூட்டோடு ஒன்றைத் தந்தது
காட்டுப்பூக்கள் உதிர்ந்த பிறகு
மடியில் பழுத்து வீழ்ந்த புத்தகங்கள்
சிலவற்றைக் கையளித்தன
யாராவது நம்பிக்கைகளை
விதைத்துக்கொண்டே இருந்தனர்
ஈராண்டுப் பருவச்செடியைப் போல
அவை சேரச்சேர செயலற்றவளாகிவிட்டேன்
அதீதம் கண்கள் வழியே கொட்ட ஆரம்பித்தது
என்ன செய்வது
அவற்றை எரிப்பதா புதைப்பதா
காலத்தில் இடிபாடுகளில் ஏறிச்சென்று
அவரவர் நம்பிக்கைகளை அவரவரிடம் ஒப்படைத்தேன்
மூன்றாம் கண்ணிருக்கும் விநோத விலங்கென
அன்று நம்பிக்கையோடு உறங்கினேன்.

இல்லாதிருக்கக் கடவது

நள்ளிரவில் விழித்தழும் குழந்தையின் எதிரே
இவ்வுலகம் என்னவாக இருக்கும்
சிறுபுள்ளியாக வெறுமையாக நம்பிக்கையற்றதாக
எப்போதும் விழித்துக்கொண்டிருக்கும் பறவைகளும்
கால் மாற்றி நிற்காத மரங்களும்
என்ன நினைக்கும் இந்த உலகத்தைப் பற்றி
மோசமானதா குரூரமானதா அல்லது
அவற்றைப் போலவே காதல் நிரம்பியதா
ஆச்சர்யமூட்டுகிறது
அத்தனை மனிதர்களும்
சாத்தானின் முகமூடி அணிந்து
பாம்புகளாகத் திரிவது
பாசிபடர்ந்த உலகின் கிணற்றில்
முழுவதும் மூழ்காமலும் முழுவதும் மிதக்காமலும்
வண்ணம் ஏற்றப்பட்ட நெகிழியென
தடுமாறுகிறது அன்பு
ரேகைகளற்ற உள்நாக்கு போலவே
கடந்தகாலத்தைப் பற்றிய நினைவுகள் எதுவுமில்லை
எல்லாம் பரிசுத்தமான மாயை
படைப்புக் கடவுள் தாமதமாகச் சபிக்கிறான்
ஆப்பிள்மரம் இல்லாதிருக்கக் கடவது.

மற்றொருநாள் வரும் மரணம்

செதில்களற்ற மீன்கள் துள்ளும் ஆற்றில்
நீந்திக்கொண்டிருந்த பொழுது
இமைகளின் கீழ் ஒட்டியிருக்கும்
பனிக்கனவைப்போல்
அது வீட்டிற்குள் நுழைந்தது
பொருள்வயிற் பிரிந்தவனின் காதலியென
ஆற்றாமையிலிருக்கும் முன்னறையில்
புராதனக் காதலர்களின் வெட்டுப்பட்ட
உயிர்ச்சித்திரம் மாட்டப்பட்டிருந்தது
அது கண்களை மூடிப் பிரார்த்தித்திருக்கலாம்
இரண்டாவதில் கட்டமைக்கப்பட்ட குடும்பமொன்று
தடயங்களை விட்டுச் சென்றிருந்தது
அருகம்புற்கள் நிறைய முளைந்திருந்தன
கூடவே கொஞ்சம் பசுஞ்சாணமும்
நீலமயில்தோகையின் மெல்லிய காதல்
மூன்றாம் அறையில் மலர்ந்திருக்க
புகையைப் போல நுழைந்து
யுவதிகளின் கற்சிற்பங்களைச் சுவைக்கிறது
தீர்ந்துபோன உலகத்தின் கடைசி நம்பிக்கையென
எதுவுமற்றிருந்தது கடைசியறை
அங்கு அது
துரோகத்தின் ஆவியை நுகர்ந்திருக்கலாம்
குளித்துக் கரையேறி
உடல் ஒட்டிய ஆடையுடன் எதிர்ப்படும்
என்னிடமிருந்து கண்ணீரோடு விடைபெறுகிறது
மற்றொருநாள் வரும் மரணம்.

உலகின் ஒற்றைப் பெண்

வெட்டியெடுக்கப்படாத தங்கத்தாதென
அவள் மேனி மின்னுகிறது
புன்னையிலைப் புருவம் திருத்தப்படவில்லை
வசீகரமான பாலில் குளித்தவளுமில்லை
கண்களில் நடுநிலைமை ஊடாட
பனிக்கரடியின் காய்ந்த தோலை
இடையில் உடுத்தியிருக்கிறாள்
கைகளில் கற்களின் கூராயுதங்கள்
தீயில் வாட்டிய மான்கறியும்
கிழங்குகளும் கனிகளும்
வாதுமை இலையில் பரிமாறப்பட்டிருக்கின்றன
பறவைகள் கூடு கட்டாத
மரத்தின் கிளைகள் முறியுமாறு
எழுந்து நடக்கிறாள் உலகின் ஒற்றைப்பெண்
தொப்புள்கொடியின் தடயமற்ற ஆதிப்பெண்
அவள் கால்பட்டுச் சாபம் நீங்க
யுகம் யுகமாய்க் காத்திருக்கிறார்கள்
கற்களாய்ச் சமைந்த ஆதாம்கள்.

அடைதல்

தேங்கிக் கிடக்கும் காதலை
எப்படி அடைவது
மிதந்து
கொண்டிருக்கும்
காமத்தைப் பருகாமல்.

தீராக் காதல்

மெல்லிய சருகுகளை உதிர்த்தபடி
வீசிக்கொண்டிருந்தது காற்று
நடமாட்டமற்ற அச்சாலையில்
விழுந்து கிடந்த முள் கொத்தொன்றைக்
குனிந்து எடுத்துத் தூர வீசினான்
அவனைப் பின்தொடர ஆரம்பித்தேன்
நேற்றுப் பெய்த குளிர்மழையில்
குருவிக் கூடொன்று குஞ்சுகளுடன்
கலைத்துப் போட்ட சித்திரமாய்
நொறுங்கிக் கிடந்தது தரையில்
நடுங்கும் குஞ்சுகளை மீட்டெடுத்துப்
புதர்ச் செடியொன்றில் பொத்திவைத்தான்
வியப்பு மேலிடச் சிலிர்த்தேன்
எங்கிருந்தோ ஓடி வந்து
அவன்மீது தவ்விய நாய்க்குட்டிக்கு
ரொட்டித் துண்டொன்றை நீட்டினான்
நான் அவனை நெருங்கினேன்
சாலையோரம் கம்பிக் கூண்டுக்குள்
ஒடுங்கியிருந்த சிறுசெடியின் இளையை
இதமாக நீவி முத்தமிட்டான்
பின் அந்நிழற்சாலையைக் கடந்து
சுவடின்றி மறைந்தே போனான்
சிறகு முளைத்த விதையென
அன்றிலிருந்து அலைந்துகொண்டிருக்கிறது
அவன் மீதான தீராக் காதல்.

வீழ்தல்

எனக்கெதிராக
நீ வியூகங்களை
வகுக்கும்போதும்
ஆயுதங்களைக்
கூர் தீட்டும்போதும்
ரௌத்ரம் பொங்கக்
களமாடுகிறேன்
ஆயுதங்கள்
ஏதுமற்ற
உன் கண்களில்
அன்பின்
கடைசித் துளி
சொட்டும்போது
வீழ்ந்து போகிறேன்
எதுவுமில்லாமல்.

விறைத்துக் கிடக்கும் உடல்

இரவு தன் ஆடைகளைக் களைந்து
நிர்வாணத்தில் களிகூரும்
பொழுதொன்றில்
அவனை உணவருந்த அழைத்திருந்தேன்
வறண்டு போகாத மனதின் ஆறுகளில்
வெட்கத்தின் குஞ்சுகள்
நீந்திக் கரையேற
என்னையும் அவனையும்
போதையின் சுழலில்
வாரி மடித்துப் போடுகிறது
குடுவையின் மறைவிலிருக்கும்
வடித்தெடுத்த சாராயம்
பறந்துகொண்டே எச்சமிடும் பறவையின்
கடும் அலட்சியத்தைப் போல்
படுக்கையின் நீண்ட சமவெளியில்
தன் உடலைக் கிடத்துகிறான்
திமில்களில் நீரைச் சேமித்து
வைத்திருக்கும் ஒட்டகம்
தன் கண்ணெதிரே பாயும் நீரை
அசட்டையுடன் கடந்தேகுவதைப் போல
அவன் உடலைக் கடக்கவே
விரும்புகிறேன்
ஆயினும்
அவன் மார்பின் அடர்ந்த காடுகள்
மழை மேகத்தை உண்டுபண்ண
காமத்தின் கூத்தை
ஒற்றை ஆளாய் ஆடி முடிக்கின்றேன்
விடிந்ததும்
விறைத்துக் கிடக்கிறது அவனுடல்.

வாழ்தல் நிமித்தம்

பருவமழை பெய்யும்போது
பனையோலை வேய்ந்த
கூரையிலிருந்து வழியும் நீர்
நிறைந்து தளும்பும் முற்றத்தில்
வளர்ந்திருக்கின்றது
ஒரு கொன்றை மரம்
மஞ்சள் நிறத்தில்
மலர்கள் பூத்திருக்கும்
அதில் ஒரு கூடுண்டு
அலகு சிறுத்த குருவிகள்
எப்போதும்
பேசிக்கொண்டிருக்கும்
அதன் நிழலில் அமர்ந்து
மனிதர்களை
வாசித்துக்கொண்டிருப்பேன்
இப்போது
மழையும் இல்லை
மரமும் இல்லை
குருவிகளின் இறகுகள்
உதிர்ந்திருக்கவில்லை
மனிதர்கள் எவரும்
நடமாடவில்லை
தொலைவிலிருந்து
உயிர் வலிக்கப் பார்க்கிறேன்
என் பனையோலை வீட்டைக்
குறுக்காகக் கடக்கிறது
ஒரு புறவழிச்சாலை.

முத்தத்தின் வேர்கள்

குளிர்ந்த மொழியின் சொற்களை
ஓயாது மென்றுகொண்டிருக்கும்
நடுத்தர வயதுள்ளவளின் தளராத உடலென
பல பருவங்களுக்கு முன் எழுந்த
மலையின் உள்ளாழங்களை
நெடுக்காகக் கடந்துவரும் ஒலியைப்போல்
மார்பின் கெட்டித்த தரிசு நிலத்தில்
ஊன்றிய காமத்தின் விதையிலிருந்து
முளைத்தெழுகிறது முத்தங்கன்று
அதை அறியாமலில்லை
மனதின் ஓடை
எப்போதும் சுகித்துக்கொண்டிருக்கும்
நாளத்தின் நீரூற்றி நீரூற்றி
வியாபித்து நிற்கின்றன முத்தங்கள்
தோல் மரத்துப்போன பார்வையற்றவன்
புழுத்த இரவின் வெளிச்சத்தில்
அவற்றைத் தடவிப் பார்த்தல் எங்ஙனம்
உதடுகளின் அடைபட்ட கதவுகளுக்குப் பின்
அழுது புலம்புகிறான்
பார்வை பறிபோனதற்காகவோ
தேடியடைய முடியாத முத்தத்திற்காகவோ
இரக்கத்தின் கடைவாயிலில்
தேம்பியழும் அவனுக்கு யார் உரைப்பது
மலர்ந்திருக்கும் முத்தத்தின் வேர்கள்
உடலின் பூமியெங்கும் படர்ந்திருக்கிறதென.

உதிரக் கடவது

திருகுகள் பூட்டப் பெறாத
நினைவின் ராட்டினத்தில் பறந்துபோய்
நிமித்தக்காரனாலும் கணிக்க இயலாத
ஆதிக் காலத்திற்குள் விழுகிறேன்
முழுவதும் நனைந்து துளித்துளியாகச்
சொட்டும் தூமத்துணியின் நெடி தாளாது
வாழ்வின் புதைமேட்டிலிருந்து
எழுந்தோடி வருகிறாய்
நீரற்ற ஆற்று மணலெனப்
பெருகியிருக்கும் நம் சந்ததிகளின்
நழுட்டு வாய்களில்
ஊறிக்கொண்டிருக்கும் என் முலைகள்
எப்போதும் பால்சுரப்பை
உள்ளிழுத்துக்கொள்வதில்லை என்பதை
நீ அறியாதொரு கணத்தில்
மூட்டப்படும் தீயின் கங்குகள்
என் கருவின் நரம்புகளை
ஊதி வெடித்து ரணமாக்குகின்றன
மொழியின் குருத்துகளிலும்
நிலத்தின் அந்தரங்க முடிச்சுகளிலும்
பால்வாசம் வீசுவதை
முகர்ந்து முகர்ந்து எப்படிக் கடப்பேன்
பிறப்புறுப்பின் இடுக்குகளில்
கைவேறு கால்வேறாய்ச் சிக்கிக்கொண்ட
இளங்குழந்தையின் நினைவு தப்பிய
இதயத்திலிருந்து சாபமிடுகிறேன்
உன்னுடைய
மலட்டு முலைகள் உதிரக் கடவது.

மழைக்காலம்

தளிர் கவ்வியச் செம்புறாவெனத்
தொடங்குகிறது மழைக்காலம்
முதல் துளி பட்டதும்
முன்னர் நிகழ்ந்ததை
பின் எப்போதும் நிகழாததை
எவற்றையெல்லாம்
நினைவு படுத்துகிறது அது
மரமல்லிகை மரத்தினடியில்
மழைக்கு ஒதுங்கியபொழுது
கண்ணிமைக்கும் நேரத்தில்
என் புறங்கழுத்தில் ஒத்தியெடுத்த
உன் முதல் முத்தம்
யாருமற்ற நீள் தெருவில்
தூணென இறங்கும் மழையோடு
நீயும் நானும் குதித்தாடி
நனைந்த ஆடையைப் பிழிந்து
உன் தலையைத் துவட்ட
உன்னுடைய வாசனை வீசும்
கைக்குட்டையால்
நீ என் முகம் துடைத்த
மிக நெருக்கமான தருணம்
காய்ச்சலால் நான் கண்மூடிப்
போர்வைக்குள் சுருண்டிருக்க
சன்னலில் தெறித்த மழைநீரை
உன் உள்ளங்கையில் ஏந்தி
எனக்குப் புகட்டிய காதல்வலி
மூச்சுக் காற்றில் உடல் பறக்க
எல்லாவற்றையும்
நினைவுபடுத்துகிறது மழைக்காலம்
நீ பிரிந்து சென்ற பின்
நான் கடக்க வேண்டிய
கோடைக்காலத்தையும்.

நீராலானவள்

ஆதித்தாயின் உருவி எடுக்கப்பட்ட
விலா எலும்பிலிருந்து
படைக்கப்பட்டிருக்கிறாள் அவள்
விடுபடாத வனப்பின் அழகுகள்
அத்தனையும்
அவளுடலில் கூடி மிளிர்கின்றன
எப்புறமும் மலைகள் சூழ்ந்த
தனிமைப் பிரதேசத்தின்
நிரம்பியபடி வழிந்துகொண்டிருக்கும்
நீர்த் தடாகத்தில் நீந்துகிறாள்
அவள் தோலில் வேர்பிடித்துப்
பூக்கின்றன நீர்த் துளிகள்
அவள் நீரில் நடக்கிறாள்
ஈரம் காயாத நீர்த் தவளையெனக்
குப்புறக் குதிக்கிறாள்
நீரை அணைக்கிறாள்
நா வறண்ட காட்டு மிருகமென
அள்ளிக் குடிக்கிறாள்
அவள் முகமெங்கும் மின்னுகின்றன
மகிழ்வின் கீற்றுகள்
நேரம் கடக்கக் கடக்க
அவளின் அசைவுகளுக்கெல்லாம்
அடைக்கப்பட்ட நீர்ப்படுக்கையைப்போல்
இசைந்து கொடுக்கிறது நீர்
இறுதியில்
அவளே நீராகி உள்ளே நிறைகிறாள்
நீர் அவளாகி வெளியேறுகிறது.

ஆழம்

அலைகள் எழும்பாத
நீலக் கடலாகி
என் முன்னே விரிகின்றாய்
தீராத உனது
அன்பின் நீரோட்டங்கள்
வெதுவெதுப்பாயும்
அதீத குளிராயும்
என்னைக் களிப்பூட்டுகின்றன
காதலின் புறத்தோல்
கழன்று விழ
புயலின் விசையோடு
உனக்குள் பாய்கிறேன்
ஆயிரம் கை கொண்டு
அமிழ்த்திக்கொள்கிறாய்
உன் தீராத ஆழத்தில்.

நாள்காட்டி தேவைப்படாத எனதறை

ஒருவர் மட்டுமே படுக்க இயலும் எனதறையில்
சன்னல்களென்று எவையும் இல்லை

சூரியன் இடப்பக்கம் உதிக்கிறதா
நிலவு தலைக்குமேல் தோன்றுகிறதா
எதைக் குறித்தும் கவலைப்படுவதில்லை

உடலைப் பருகக் கொடுப்பதற்கும்
காலத்தை அறிந்துகொள்வதற்கும்
என்ன தொடர்பு இருக்க முடியும்

ஒருபோதும் காலத்தை உடலைக்
கணக்கில் வைத்துக்கொள்வதில்லை
வருகிறவன் எத்தனையாவது ஆண்மகன் என்பதையும்

அவர்கள் என் ஆடைகளைக் களையும்போது
வெட்கப்படுவது போலவும்
உச்சத்தில் முனகுவது போலவும்
நான் பாவனை செய்தாக வேண்டும்

அவர்கள் தம் ஆண்குறிகளால் எழுதும்போது
வழுவிச் செல்லும் எனதுடலை
நானேதான் தடுத்து நிறுத்துவேன்

கன்றிச் சிவந்த பற்காயங்களில்
அவர்களின் நுரைத்துப் பொங்கும் விந்துவை
உறையவைக்கிறார்கள்

அப்போதெல்லாம்
என் மதர்த்த இளமையைத் தின்று செரிக்கின்ற
இரவுகளும் பகல்களும் தீர்ந்துபோனதொரு பருவம்
என்னைத் தீண்டாதா என யோசிக்கிறேன்

கீழறையில் உறங்கும் எனதிரு குழந்தைகளுக்கு
எந்த அனுபவத்தைப் போதிப்பது

மிருகங்களோடு பழகுவது குறித்தும்
அவற்றைப் பழக்குவது குறித்தும் சொல்வது எளிது
அதைத்தான் செய்துகொண்டிருக்கிறேன்

என்னுடைய குழந்தைகள்தான்
அடிக்கடி நச்சரிக்கிறார்கள்
நாள்காட்டி தேவைப்படாத எனதறையில்
சிதறிக் கிடக்கும் ஆணுறைகளை ஊதித் தரச்சொல்லி.

ஒப்புக் கொடுக்கிறேன்

புளிப்பில்லாத பருவத்தின் சக்கரம்
என்மீதூர்ந்து செல்லும்பொழுது
தனிமையின் நீல அறையில்
முதன்முறையாகக் கூடுகின்ற ஒருத்தி
தன் உடலின் புத்தகத்தைக்
கோக்கப்படாத ஏடுகளென
படுக்கையின் விரிப்பில் சரிப்பதைப் போல
வாசிக்கக் கிடைக்கிறது
ஒரு வாழ்வின்பிரதி
இன்றைய பொழுதில் துயரின்
வெயிலைப் பருகிக்கொண்டிருக்கும்
எனது ஒற்றைப் பாலை
முன்னர் நீரால் சூழப்பட்டிருந்ததாம்
மீன் குஞ்சுகள்
என் கால்களைக் கொத்தவும்
நீர்ப் பூக்களின் மொக்குகளைப் போல
வெளித் தெரியும் என் தோள்களில்
பறந்து களைத்த பறவைகள்
இளைப்பாறவும்
களிப்பாய்க் கூடிக் கிடந்தனவாம்
பிறகு ஒரு நாள்
உலகம் கொண்டாடும் மர்மத் துளையுள்
அவ்வளவு நீரும் இமிழ்ந்து போக
வெறும் மணலாகி நின்றேனாம்
இனி துக்கிக்கப் போவதில்லை
ஒருதுளிக் காதலோ பெருங்கடல் காமமோ
அவற்றின் கரங்களில்
ஒப்புக் கொடுக்கிறேன் என் ஆவியை.

இடப்புறத் திருப்பம்

முற்றியிராத மாலைப்பொழுதில்
வெள்ளையும் சாம்பலுமான பறவைகள்
கூடு திரும்பிக்கொண்டிருந்தன
பூச்சொரிதலிலிருந்து விடுபடாத
மகிழம்பூ மரம்
என் காதலின் தீச் சுவைக்கக்
காத்திருந்தது குளிரைப் போர்த்தியபடி
பெரும்புயலில் சிக்குண்டு விடுபட்ட
படகுகளைப் போல
அவனும் நானும்
அதனடியில் நின்றிருந்தோம்
பிரண்டையின் குளிர்ச்சியோடு
என் கைகளைப் பற்றியவனின்
மூச்சுமட்டும் புகையின் வெம்மையாய்
விளங்கிக்கொண்டிருந்தது
இருவருக்குமிடையே
மௌனம் பேருருக் கொள்ளக் கொள்ள
வார்த்தைகள் கரைந்தபடி இருந்தன
சிறகு கோதியபோது
உதிர்ந்த ஒற்றை இறகின் மென்மையோடு
மழை கசிய ஆரம்பித்தது
உணர்வற்று உயிர் வழிய நிற்கையில்
அவன் முத்தத்தைப் பருகத் தந்தான்
மதுக்கோப்பையின் பனிக்கட்டியாய்
மிதந்த உடலைப் பற்றியிழுத்துப்
பரவசத்தை மூளைக்குள் கிடத்தினேன்
மரித்தலின் கணமும் இதுதானோ
காதலின் உப்பைச் சுவைத்துக்
கண் விழித்துப் பார்க்கிறேன்
பாலையின் இடப்புறத் திருப்பத்தில்
அவன் காணாமல் போயிருந்தான்.

ஒராயிரம் குறுவாள்கள்

தூறிக்கொண்டிருக்கிறது மழை
மரங்கள் எல்லாம்
கூடலின் கணத்தைப் போல்
ஓசையுடன் நனைந்திருக்கின்றன
குடையைத் தவிர்த்துவிட்டுத்
திருத்தப்படாத புருவத்துடன்
உனக்காகக் காத்திருக்கிறேன்
மழையின் வெப்பக் கண்கள்
சலனத்தைக் கிளர்த்துகின்றன
பாலைநிலத்தின்
சாய்ந்தாடும் தாழையென
வாசனையோடு அருகமர்கிறாய்
துடிக்கும் இதயத்தை
இதயம்கொண்டே அழுத்துகிறேன்
காதலால் என்னைப் போர்த்தி
மனதின் கரங்கொண்டு
தழுவுகிறாய்
முன் நெற்றியில் படர்ந்த
என் ஒற்றைமுடி பறக்கிறது
புறங்கையால் சரி செய்கிறாய்
ஒரு தொடுதலில்
உயிர் உருக்கும் வித்தை
வியப்பில் ஆழ்த்துகிறது
வெகுநேரம்
நம்மைப் பரிமாறிக்கொண்டு
திரும்புகையில்
உன்னுள்ளும் என்னுள்ளும்
தளும்புகின்றன
ஒராயிரம் குறுவாள்கள்.

வெந்து தணியாத பசலை

பாலூறிய மஞ்சள் மலர்களை
நிலமெல்லாம் கொட்டியபடி
நின்றிருக்கிறது புன்னைமரம்
தானாய் உடைந்த
சித்திரத்தைப் போல்
உலர்ந்து வெடிப்புற்ற உதடுகளோடு
அம்மரத்தில் சாய்ந்திருக்கிறேன்
மனதிலிருந்து உருகிவழியும் நீர்
தூர்வாரப்படாத
உறைகிணறுகளில் தளும்புகிறது
தொலைவில் கரிய கடற்காகங்கள்
எவையும் தென்படவில்லை
முன்தினம் பொரிந்த
முதலைக் குட்டிகள்
உப்பங்கழிகளில் நீராடுகின்றன
அருகிருக்கும் தாழைப் புதரிலிருந்து
வெளிக் கிளம்பும் வாசனையால்
பித்துப் பிடித்தவள் போலாகிறேன்
துன்பத்தைப் பகிர இயலாதது
அதைவிடக் கொடியது
எந்தன் கழிபடர் காமமும்
உயிரிலிருந்து விலகி நிற்பதை
எந்த ஓலையில் எழுதி வைப்பேன்
பிரிந்து சென்றவன்
வாராதொழிவானோ
நிமித்தமின்றி வானம் இருள்கிறது
அவ்விடத்திலிருந்து அகல்கிறேன்
வெந்து தணியாத பசலையை
என் உடலுக்குள் இறுக்கியபடி.

விட்டுச் சென்றிருந்த இரவு

வலியின் மழையில் நனைந்து
திரியும்
ஓர் இரவுப் பறவை நான்
கூடுகள் ஏதுமற்று அலையும்
என்னுடைய வசிப்பிடம்
தேடுகின்ற யாரும் அறியாதது
கிழிந்த மகிழ்ச்சியின் குடையை
பலமுறை தைத்த பிறகும்
கூடவே இயலாத கிழசலுடன்
பறவையைப் போலவே பறக்கிறேன்
என் அலகினில் தொங்குகின்றன
நாலைந்து கவிதைப் புழுக்கள்
நெளியும் அவற்றைச்
சகிக்காமல் தரையில் விடுகிறேன்
கூடலில் ஆழ்ந்திருக்கும்
தெருவாசியின்
விழித்தழும் குழந்தைக்குக்
கோமாளியாய்ச் சிரிப்பூட்டுகிறேன்
அவ்விடத்தைக் கடக்கையில்
என்னுள்ளும் உருள்கிறது காதல்
நெடுஞ்சாலைச் சித்திரத்தைப் போல
ஒருவன் கொலையுண்டு
கிடக்கிறான்
நிரம்பி வழியும் கடல்மேல்
சிவந்த இறக்கைகளுடன்
பறக்கிறேன்
பெண்ணொருத்தி மூழ்குகிறாள்
செய்வதறியாது திரும்பும் வேளை
நிறம் மாறத் தொடங்குகிறது
விட்டுச் சென்றிருந்த இரவு.

மதுவின் வாசனை

வெளிர் சிவப்பும் மஞ்சளுமாய்க்
கலப்பின மலர்கள் கொட்டிக் கிடக்கும்
மரத்தினடியில் அமர்ந்திருக்கிறோம்
இருவருக்குமிடையே ஊடாடுகிறது காற்று
நைந்த ஆடையைப் போல படபடக்கிறது
பாவனையிலிருக்கும் மனம்
வெகு நாட்களுக்குப் பிறகு
அன்றவன்
மது அருந்தியவனாக இருந்தான்
அப்போதெல்லாம் யௌவனமும் அன்பும்
கூடியவனாக உரையாடல் நிகழ்த்துவான்
வெளிப்படுத்த இயலாத உணர்வுடன்
உறக்கத்தில் ஆழ்ந்துவிடுவேன்
அவனுடைய மலர்ந்த கண்களிலிருந்து
காதலின் பனி வழிய ஆரம்பித்தது
அதில் நம்பிக்கையற்றவளாக
வீற்றிருந்த என்மேலும் படிந்தது
பூவின் மகரந்தம்
இந்த நிலம் உன்னுடையது என்றான்
மொழியும் சொல்லும் பொருளும்கூட
உன்னுடையவை என்றான்
கண்களில் நீர்துளிர்க்கச் சிரிக்கிறேன்
அவன் கடந்துபோன பிறகும்
என்னிடம் மிச்சமிருக்கிறது
அவன் அருந்திய மதுவின் வாசனை.

எதுவுமற்ற சொல்

எதுவுமற்ற ஒரு சொல் போதும்
ஒரு நீலப்பூ மலர்கிறது
இறகு நனைந்த நீர்ப்பறவை ஒன்று
வாய் கறுத்த தன் குஞ்சுகளுக்கு
இரையூட்டுகிறது
உள்ளுருளும் சிறு கற்களோடு
குமிழிட்டுக் கொப்பளித்த
பனியாறு வறண்டுபோகிறது

எதுவுமற்ற ஒரு சொல் போதும்
எரிநட்சத்திரத்தின் சாம்பலைப் போல
ஒரு காதல் பிறக்கிறது
செவ்வேங்கையின் நெடிய மரம்
வேர் மழுங்கிய பிறகும்
பால் பிடிக்கிறது
எவரையும் தீண்டியிராத பாம்பின்
விஷத்தைப் போல
மெல்லிய காமம் பரவுகிறது

எதுவுமற்ற ஒரு சொல் போதும்
ஒரு வனம் மீண்டும் தன்னைப்
பெருக்கிக் கொள்கிறது
ஒரு சொல் அர்த்தத்தை நோக்கி
மேலும் மேலும் நகர்கிறது

எதுவுமற்ற ஒரு சொல் போதும்
நம் உதடுகளுக்கு இடையில்
மவுனத்தின் சுடர் எரிகிறது.

சூடப்படாத காமத்திப்பூ

புனைவுகளாலும் தரிசிக்க இயலாத
இதழமுகுடன் கூடிக் கிடக்கிறது
எத்தனை வசீகரம் எத்தனை வனப்பு
ஆதி நிறங்களிலிருந்து வழிதவறிய
வண்ணப் பூச்சுடன் மிளிர்வதை
எங்கிருந்து காண்பது
அளவிலா நீரைக் கொண்டுசேர்க்கும்
நதியின் கரையிலிருந்தென நினைவு
அதன் பூப்பூக்கும் பருவம்
கணியனாலும் கண்டறியக் கூடாதது
ஆகச்சிறந்த உன்னதம்தான்
உதட்டினுள் இடப்படும் முத்தத்தைப் போல
துவர்ப்பு கூடிய அதன் பெருஞ்சுவையை
அறிந்தவர் எவருமிலர்
சலித்தெடுத்த மாவின் மென்மையோடு
முளைத்தெழும் காளானைப்போல்
அதிலிருந்து துளிர்க்கிறது காதல்
மழைதரும் மலைப் பிரதேசத்தில்
பல யுகங்களுக்குப் பிறகு
குளிர்ந்த என்னுள் பூத்திருக்கிறது
சூடப்படாத காமத்திப்பூ.

முத்தங்கள் ஒரே மாதிரியானவை

பிளவுபடாத சொற்களின் ஈட்டிகளோடு
நீயும் நானும்
வேட்டைக்குக் கிளம்புகின்றோம்
ஒருபோதும் சூலுறாத மரங்களூடே
தொடர்கிறது நெடிய பயணம்
எதிர்ப்பின் மழை பொழியப் பொழிய
நம்முடைய நிர்வாணங்கள் கழுவப்படுவதை
நிர்வாணத்தின் ஆடை கொண்டே
கடந்து போகிறோம்
ஒருதுளி பருவக் குருதியாய் விளங்கும்
நிலவின் மறுபுறத்திலிருந்து
செந்நிற ஒளி வழிகிறது
அதன் வெளிச்சத்தில்
நம்மை வந்தடைகின்றன காததூர நிலமும்
சொற்களை இறுகக் கட்டிய மொழியொன்றும்
நம் முலைகளின் ஊற்றுகளிலிருந்து
அவை தீயைப் பருகுகின்றன
பதப்படுத்திய சாமை தினைகளோடு
காமத்தையும் பயிரிடுகின்றோம்
பறவைகள் கொத்திக் களைத்தபின்
அறுத்துக் குவித்த விதைகள்
மண்ணுக்குள் அமிழ்கின்றன
முளைவிடும் பருவங்கள் வெவ்வேறாயினும்
எனதுயிரே அனார்
நம்முடைய முத்தங்கள் ஒரே மாதிரியானவை.

தோழி அனாருக்கு

என்னைக் கொல்லுதல்

பசிய வெற்றிலையின் நடுநரம்பென
இறுமாந்திருக்கும் என் நிலத்தின் வளமை
பின்பனிக் காலத்து விலகலைப் போல
மெல்ல மெல்லக் குன்றுகிறது
கிளை முழுவதும் பூக்களாய் நிற்பவள்
ஏன் இப்படிக் கொட்டிப் போகிறேன்
கூண்டிலிருக்கும் கிளிக் குஞ்சுகளை
விடுவிக்கும் மனது
பிரிக்கப்படாத தேசத்திலிருந்து
போன்சாய் மரங்களைத் தருவிக்கிறது
சாலையைக் கடக்கையில்
எதிர்ப்படும் எவற்றின்மீதும்
மோதாமலிருக்க யத்தனிக்கிறேன்
யோசிப்பதையும் எழுதுவதையும்கூட
நடுகற்களாக்கி வைத்திருக்கிறேன்
மழை பெய்யும்போது
நனையாமலிருப்பது பெருங்குற்றமென
முன்பு உணர்ந்திருந்ததை
இன்றென் கார்காலம்
வெறுங்கனவாய்த் திரிக்கிறது
என்னவாயிற்று வெயில்தேடும் தளிருக்கு
இரவின் அடிவாரம் ஆர்ப்பரிக்கிறது
நீலம் பூத்த காதலைச் சூடுகிறேன்
என்னிலிருக்கும் என்னைக் கொன்று.

இலையுதிர்க் காலம்

நிர்வாணத்தால் அலங்கரிக்கப்பட்ட
கடைசிப் பேரழகியைப் போல
எத்தனை வெளிப்படையானது
இந்த இலையுதிர் காலம்
பூக்களின் இதழ்கள் எல்லாம்
முன் சென்ற பருவங்களால்
புணர்ந்து கெட
காம்புகளுடன் நிற்கும் மரங்களை
ஆரத் தழுவிக்கொள்ளும்
அதன் தாய்மையை எப்படிச் சொல்வது
மகிழ்வின் கசடுகளைக்கூடப் பருகாத
அதன் உதடுகளிலிருந்து
வலியின் வெம்மைகூடிய பாடல்
யாழிசையோடு காற்றில் பரவுகிறது
இளைப்பாற நிழலின்றி அலையும்
வயிறு சிறுத்த பறவைகளின்
இறகுகளைக் கோதி வழியனுப்பும்
திரிபில்லாத காதல்
எவருக்குமே வாய்க்காதுதான்
முத்தங்களிலிருந்து பெறப்பட்ட நீரை
வேர்களில் சேமித்துப் பருகும்
இலையுதிர் காலம்
வியர்வை துளிர்க்கும் பின்னிரவில்
என் மடிமீது புரண்டு அழுகிறது
வனப்புக் குன்றிய பரத்தையைப்போல்.

இரவுக்குறி

சரிந்த மலையின் அடிவாரத்தில்
நிலவு உறங்கி இருந்தது
கழுத்து நீண்ட பெண்மயில் ஒன்று
கற்களையும் முட்டைகளென
அடைகாக்கும் பாறையைக்
கடந்துபோகிறேன்
இருளின் வெளிச்சத்தில் புலப்படும்
கறுத்த பாதையில்
வண்டுகள் மொய்த்துக் கிடக்கின்றன
தொடரும் நீர்த்த நிழலைப் போல
நரந்தம்பூவின் வாசனை
பயணிக்கிறது என்னோடு
கணுநீண்ட மூங்கில்களுக்கிடையே
வளைந்து செல்லும் வாடைக்காற்றாய்
என் நெஞ்சம் நெகிழ்ந்தோட
மெய்யுறு புணர்ச்சியில் நீண்டு
களித்துக் கிடந்த காலம்
முன்னே நகர்கிறது
பிரப்பங்கொடி சுற்றிய கால்களை
விடுவித்துக்கொண்டு
காவல்சூழும் அவ்வீட்டை அடைகிறேன்
மேன்மாடத்தில் விளக்கெரிய
பூப்பந்தைச் சாளரத்தில் வீசுகிறேன்
எந்தன் இரவுக்குறி உணர்ந்து
எட்டிப் பார்க்கிறான் அவன்.

ஔவையின் காமம்

ஒளியின் தடயம் முழுவதும் கரைந்திருக்கும்
அக்காட்டின் கொடிய பாதையை
நானும் அவளும் கடக்கிறோம்
இறகின் மென்மை கொண்டு
என் கையைப் பற்றியிருக்கிறாள்
தொலைவில்
முற்றிய வேங்கையின் நிழலில் உறங்கும்
வாயகன்ற பெண்புலியின் குட்டிகள்
எம்மை உற்றுப் பார்க்கின்றன
போர்க்களத்தில் வீசப்படும் ஈட்டியின்
ஓசையெனக்
கடந்துபோகிறது ஒரு நெடுந்தேர்
அதைச் செலுத்துபவன்
மெலிந்த தலைவியின் கடும்பசலையை
முன்பு கண்டவனாக இருக்கக்கூடும்
இடப்புறத் திருப்பத்தில்
காற்றிலசையும் சிறுநெல்லி மரத்தின்
குவிந்த கனிகளைப் பார்த்தவள்
குறுநகை புரிகிறாள்
நினைவிலாடியவன் அதியனோ
காலில் இடறுகிறது ஒரு மணி
தலைவனின் முதுவிரகம் முற்றுணர்ந்து
விரைந்த பரியின் கழுத்திலிருந்து
அறுந்து விழுந்திருக்கலாம்
முன் எப்போதும் கேட்டிராத
அதி இசையுடன் அவள் பாடுகிறாள்
கானகம் முழுவதும் சுற்றிச் சுழல்கிறது
விருப்பமும் இசைவும் குழைந்த பாடல்
காட்டிலிருந்து துயருடன்
வெளியேறுகையில்
என் உள்ளங்கைக்குள் திணிக்கிறாள்
தகிக்கிறது ஔவையின் காமம்.

இரத்த வாசனை

புருவங்கள் திருத்தப்படாத அவள்
ஒரு பணிப்பெண்ணைப் போல
இந்தக் காட்டில் உலவுகிறாள்
விலங்குகள் அவள் தோளைப்பற்றி
விளையாடுகின்றன
பறவைகள் அவள் நிழலில்
சிறகு உலர்த்திக்கொள்கின்றன
அவள் இதயம்
பனியில் தோய்ந்த பஞ்சென
மிருதுவாய் உள்ளது
மாலைப் பொழுதுகளில்
உதிர்ந்த இறகை நாவால் தொட்டு
காட்டின் கதைகளை எழுதுவாள்
கடல் கடந்த தேசங்களிலும்
அவள் வார்த்தை பிரசித்தம்
கண்களிலிருந்து கருணை வழிய
அருவியில் கால் நனைத்துத்
திளைத்திருக்கையில்
மிதந்துவரும் விலக்கப்பட்ட கனியைப்
புசிக்கிறாள்
அவள் மேனி இளவரசியைப் போலாகிறது
தூக்கிலிடப்பட்டவனின் சடலத்தைப் போல
அவள் குரல் விறைப்பாகிறது
நேசித்த விலங்குகளை எல்லாம்
மூலைக்கு ஒன்றாய் விரட்டுகிறாள்
சாட்டையோடு அவள் தனித்திருக்க
காடு முழுவதும் வீசுகிறது
கர்ப்பம் கலைந்த இரத்த வாசனை.

மிகமிகச் சாதாரணமானவை

கசந்த நினைவுகளின் மலர்களோடு
உங்களை எதிர்கொள்கிறேன்
அதிலெனக்குத் துளியும் விருப்பமில்லை
என் கிழிந்த ஆடையைப் பற்றியும்
காலணி அணியாத கால்களைப் பற்றியும்
குறிப்பெடுக்கிறீர்கள்
அதைவிடவும் விளங்கிக்கொள்ள நிறையவுண்டு
அகன்ற நிழல் பரப்பி உயர்ந்திருக்கும்
அரச மரத்தின்கீழ் எங்கள் இருப்பிடம்
புகைப்படத்தில் இருப்பவன் என் தந்தை
கலவரத்தில் வெட்டுண்ட அவன் தலை
ஏழாம்நாள் கண்களற்றுக் கிடைத்தது
இவள் என்னுடைய தாய்
கோவில் ஒன்றினுள் நுழைந்ததற்காய்
ஒற்றைக் காலுடன் திரிகிறாள்
அவன் என்னுடைய சகோதரன்
கைகள் கட்டப்பட்டு
வாயில் மலம் திணிக்கப்பட்டவன்
இவள் என்னுடைய சகோதரி
பனங்காட்டுக்குள்
வல்லுறவில் வதைபட்டவள்
என்னையும் கழிப்பறைச் சந்துகளில்
கவனித்திருக்கலாம்
மலம் கூட்டிக் கொண்டிருப்பேன்
கோப்புகளில் குறிப்பெழுதிக்
கையொப்பமிடுகிறீர்கள்
மிகமிகச் சாதாரணமானவை
மலத்தைத் திணிப்பதும் பெண்ணைச் சிதைப்பதும்
ஆம் மிக மிகச் சாதாரணமானவை.

ஒற்றை வியர்வைத் துளி

சீண்டப்பட்ட பாம்பின்
கடுஞ்சீற்றத்தைப் போல
நெருங்குகிறது கோடைக்காலம்
எதிர்கொள்ளும் திராணியற்றுப்
பகலின் முடிவிலும் அவதியுறுகிறேன்
எனினும் அறை முழுவதும்
வெட்டிவேரின் வாசம் நிறைகிறது
ஆறடியுயரக் குளிர்பதனப்பெட்டியில்
தளும்புகின்றன
வகைவகையான பழச் சாறுகள்
வீட்டின் மையத்திலிருந்து
குளிரைப் பரப்புகிறது
தவணைமுறை குளிர்சாதனம்
வெம்மையைக் குறைக்க
மாடியிலும் கீற்றுக் கொட்டகை
முற்றத்துப் புல்வெளியை
ஈரமாகவே வைத்திருக்கத்
தருவித்தாயிற்று சொட்டுநீர்க் கருவி
தொலைவில் வானுயர எழும்பும்
கட்டடத்தில் செங்கல் சுமக்கும்
களைத்த பெண்ணொருத்தியின்
ஒற்றை வியர்வைத் துளி
மண்ணில் தெறிக்கையில்
செயலிழந்து போகிறது கோடை.

காதல்

சப்பாத்திக் கள்ளியின்
மஞ்சள் முள்ளாய்க்
காத்திருக்கிறாய்
பழுத்த
என் காதலையோ
பறவை
கொத்திப் போகிறது.

வெறுமையின் கூடு

ஒரு விலைமகளின்
வேலை நேரத்தைப் போல
விறைத்திருக்கிறது
மலைப் பிரதேசத்தின் குளிர்
நிலவு மேலே எழும்ப எழும்ப
இரவும் தன் ஆடைகளைக் களைகிறது
அதன் கைகளில்
அமர்ந்துகொண்டிருக்கிறேன் நான்
கோதுமையிலிருந்து வடித்தெடுத்த மது
குளிர்பானத்துடன்
கண்ணாடிக் குவளையில் காத்திருக்கிறது
அம்மதுவைப் பருகுகிறேன்
பசிய புதர்ச்செடியைத் தீயிட
பரவும் புகையென
மெல்ல போதை எனக்குள் நிறைகிறது
மனதின் அடியில் தேங்கிக் கிடக்கின்ற
துளிர்க்கும்போதே வெட்டுண்ட கனவும்
உயிரோடு கொல்லப்பட்ட காதலும்
என்னைச் சுற்றி மிதக்கின்றன
போதை ஏற ஏற
உடலின் உறுப்புகள்
உதிர்ந்துகொண்டே இருக்கின்றன
அவ்விருளில் ஒரு இரவுப் பறவையாகிப்
பறந்து செல்கின்றேன்
இரவு கழிந்ததும்
வெறுமையாகி இருந்தது என் கூடு.

இரண்டாம் முள்முடி

சிறகு விரித்த பருந்தினைப் போல
உயர்ந்து நிற்கின்றது
ஒரு புராதனச் சிலுவை
அதன் உச்சியில்
மின்னுகின்றன ஆதிச்சொற்கள்
இயக்கத்தின் உயிர் பருகிய
ஒரு மரச் சிற்பமென
அச்சிலுவையில் நிறுத்தப்பட்டிருக்கிறேன்
அன்று
சூரியன் தன் கிரணத்தின் மயிர்களை
முற்றிலும் சிரைத்திருந்தது
நிமித்தத்தால் கைவிடப்பட்ட கள்வனென
வாராதிருந்தது காற்றும்
சொற்களின் ஈட்டியால் பதம் பார்த்து
என் விலாவில் குத்துகிறார்கள்
போலியின் பிலாத்துகள்
கட்டுமானம் சிதைவுற்ற அணைநீராய்ப்
பெருகுகிறது குருதி
புன்னகை ஒன்றால் அதைத் துடைக்கிறேன்
தணியாத என் தாகத்திற்குப்
பருகத் தருகிறார்கள்
திரிந்த மொழியின் பிழிந்த கள்ளை
கடைசித் துளியையும் திரும்ப உமிழ்கிறேன்
நாகரிகம் தவழப் பெருகியோடும் நதி
இரண்டாகக் கிழிய
சிவந்த உதடுகளைப் போன்ற
என் உறுப்பொன்றில் பொதிந்து கிடக்கிறது
தேவகுமாரனின் இரண்டாம் முள்முடி.

ஐந்திணைப் பெண்

காலத்தை வேட்டையாடிக் களைத்த
கொற்றவையாய் வீற்றிருக்கிறேன்
எதிரே
படைக்கப்பட்டிருக்கின்றன
மீனின் மாமிசமும் செந்நெல் சோறும்
முல்லைப் பூக்கள் மலரும் மாலை நேரத்தில்
குன்றக் குறவர்கள்
என்னைச் சூழ்ந்திருக்கிறார்கள்
அவர்கள் இசைக்கும் கானல்வரியுள்
பனிக்குடத்தின் நாள்பட்ட கருவென
மூழ்கித் திளைக்கின்றேன்
தோழி ஒருத்தி நினைவூட்டுகின்றாள்
இரவின் குளிர்மையை
முத்தமிடுவதற்காகக் குவிக்கப்படும்
உதடுகளைப் போல
உடலின் அரும்புகள் மலர்கின்றன
ஊலாங்கொடி சுற்றிய சிறு குருத்தென
ஏன் இப்படிக் கன்றிச் சிவப்படைகிறேன்
பரத்தையரைக் கூடிப் பிரிந்த தலைவன்
பரி ஏறி வருகிறான்போலும்
ஆதிச் சொற்கள் மிதக்கும் கடலில்
காட்டுக்கோழியைப் போல நீந்துகின்றேன்
களவும் காந்தர்வமும்
இரு முலைகளாகித் தொங்கும்
ஐந்திணைப் பெண் நான்.

கொலைக் கவிதை

முளைகட்டிய தானியங்களாய்
என் உடலிலிருந்த
நீட்டிக்கொண்டிருக்கின்றன
ஏராளமான கவிதைகள்
முதுகுப் புறத்தில் இருப்பவை
துரோகத்தின் கள் நிரம்பியவை
அவற்றின் போதை ஒரு முள்ளென
எப்போதும் கிழித்துக் கொண்டிருக்கின்றது
கண்களின் வழியே அசைபவை
பல்முளைத்த ஒரு குழந்தையின்
குதூகலத்தை ஒத்திருக்கும்
விரல்களில் நீட்டிக் கொண்டிருப்பவை
எச்சிலின் சிறகுகளில் பறக்கும்
ஒரு முத்தத்தைப் போல
கருணை ததும்பியவை
இதயத்திலிருந்து சரியும் கவிதைகளுக்கு
குளிரின் புதருக்குள் வெயில் உறங்கும்
அறுப்புக்கால பரவசம்
என்றாலும் எப்போதும்
என்னுள் சொல்லப்படாதது ஒன்றுண்டு
துள்ளத் துடிக்க ஒரு கொலைக் கவிதை.

சிறுத்துக் கிடக்கும் நதி

சலசலத்து ஓடும் நதியென
அவன் திகழ்ந்துகொண்டிருந்தான்
ஒளவையின் சொற்களுக்கு முன்பிருந்தே
அக்கரைகளின் உலர்ந்த நிலம்
என்னுடையதாய் இருந்தது
இருவருக்கும் இடையிலான வண்டலில்
பால்பிடித்த கொன்றை மரங்கள்
காற்றின் இசையோடு காத்திருக்கின்றன
அவற்றிலிருந்து
ஒடிந்து விழுந்த பூங்குருத்தோடு
திளைத்திருக்கும் நதியில் நீராடுகின்றேன்
உன் அலையின் கைகொண்டு
என்னைத் தழுவுகின்றாய்
மதகிலிருந்து வெளியேறுவதைப் போல
பீறிடுகின்றது உப்பின் சுவைநீர்
நீலமற்ற வானத்தில் பறந்து செல்லும்
கொக்குகளைப்போல்
நீரின் முகப்புகளில்
மிதக்கின்றன என் கருமுட்டைகள்
எத்தனைக் காலமாய்
இந்நதியில் நீராடினேன்
தீராத பெருந்தாகத்திற்கு
எவ்வளவு நதிநீரைப் பருகினேன்
கண்டடைய முடியாத பொழுதொன்றில்
தொப்புள்கொடியற்றுப் பொரிந்த சிசுவை
அள்ளி எடுத்துக் கரையேறுகின்றேன்
வற்றிய கடலென
சிறுத்துக் கிடக்கிறது உனது நதி.

ஒர் இரட்சகன் சூழுறட்டும்

நான் தக்கையாகி மிதக்கும்
இரவுப் பொழுதொன்றில்
நறுமணத்தின் வேர்களாகத் தொங்குகின்றன
என்னுடலின் மயிர்கள்
தன்னைத்தான் புணர்ந்துகொள்ளும்
நட்சத்திரங்கள்
தாழையின் வாசனையைக் கிளர்த்தியபடி
ஒவ்வொன்றாய் எரிந்து விழுகின்றன
உயர்ந்த மரங்களின் கிளைகளில்
அமர்ந்திருக்கும்
பறவைகளையும் காணவில்லை
எவரையும் ஸ்பரிசித்திராத இரவு
எத்தனைப் பருவங்களுக்குத்
தன்னுடலின் மேடுபள்ளங்களை
ஒளியின் ஆடையில் மறைத்திருக்கும்
துயரத்தின் ஊடாகப் பரவியெழும்
பனிக்காற்றில்
அலைந்துகொண்டிருக்கும் எனது காதலை
எப்படிக் கைக்கொள்ளுவேன்
பெருமூச்சுகளுடன்
உன்னை அழைக்கிறேன்
நமக்கான சமரில்
வீழ்வதும் நகர்வதுமாக இவ்விரவை
நகர்த்திச் செல்கையில்
தொலைவில்
பெருஞ்சத்தத்துடன் எழுகிறது
போரில் குறியிழந்தவன் குரல்
வேர்கள் துளைக்க உன்னைக் கூடுகிறேன்
இக்கூடலின் முடிவிலாவது
ஒர் இரட்சகன் சூழுறட்டும்.

துரோகத்தின் வேர்கள்

பருவங்கள் வெடித்துக் கிளம்பும்
மலையின் உதடுகளில்
விருப்பமற்ற ஒரு முத்தத்தைப்போல்
வழிந்துகொண்டிருந்தது குளிர்
பறவையின் உடலுக்குள்
ஒளிந்திருக்கும்
சின்னஞ்சிறிய இதயமென
சூரியன் காணாமல் போயிருந்தது
மதுவின் சுடரில்
ஒளிர்ந்துகொண்டிருந்த அவ்வறையில்
செதுக்கப்படாத வாதுமை மரமென
அவன் இருந்தான்
துளிர்த்த என் அன்பின் கிளையில்
நெய்யப்பட்ட அவளும் உடனிருந்தாள்
கண்ணாடிக் குவளைகளில் நிரம்பிய
புளித்த திரவம்
போதுமானதாக இருந்தது
உடலின் திறப்புகள் இதழ் பிரிய
தள்ளாட்டத்தின் படுக்கையில்
போதை எங்களைக் கிடத்தியபோது
விதைப்பு மண்ணாய் இளகியிருந்தாள்
அவனின் பூத்த கிளையொன்றைப்
பற்றியவளின்
நிலத்திலிருந்து கிளம்புகின்றன
துரோகத்தின் ஓராயிரம் வேர்கள்.

எனது பெயர் பார்வதி

வீழ்ச்சியுறாத பெண்களின் வரலாறுகளைப்
புரட்டிக்கொண்டிருந்தபோது
நீ பருவமெய்தினாய்
மலையின் உயரங்களில் பூத்திருக்கும்
காட்டுத்தீ மலர்களைப் போல
விரிந்த தசையின் வாசலிலிருந்து
இரத்தம் பெருகுகிறது
மறைக்கப்பட்ட நூற்றாண்டு வலிகளைத்
தோண்டியெடுத்த உன் கைகளால்
அதை வழித்தெறிந்துவிட்டு நடக்கிறாய்
ஒரு செந்நிறக் கோளாய்த்
தளும்பிச் சுழல்கிறது பூமி
சிதிலமடையா கோயிலின்
எதிர்ப்புறக் குளத்தில்
துவைத்தெடுத்த உன் தூமத் துணிகள்
கொடிமரத்தில் உலர்கின்றன
வெகு நாட்களுக்குப் பிறகு
அன்றுதான் சிட்டுக்குருவிகள் பறக்கின்றன
நீண்ட மயிர்களையுடைய துறவிகள்
குளித்துக் கரையேறும் நதியொன்றில்
அதிகாலை நிகழ்ந்த
கலவியின் கறைகளை அலசுகின்றாய்
மீன்கள் உன் கால்களை
முத்தமிடுகின்றன
இதோ
மிகுந்த எக்காளத்துடன்
ஒருபக்க உடலற்றுப் பாதி யோனியுடன்
கருவறையில் களிநடனம் புரிகின்ற
எனது பெயர் பார்வதி.

பலிபீடம்

ஒவ்வொரு பருவத்திலும்
பெருந்தீயாய் எரிகின்ற காதலைச்
சிறுசிறு வளையங்களாக்கி விழுங்குகின்றேன்
குன்றென உயர்ந்துவிட்ட
அவற்றிலிருந்து
பெருங்காட்டின் வாசனை கிளம்பும்
ஆதிவாசியைப் போல தரையிறங்குகிறாய்
உப்புப் பாறைக் காலத்திலிருந்து
கைநிறைய கனிகளுடன் காத்திருக்கிறேன்
நீ கொண்டு வந்திருக்கும் வாளால்
அவற்றை வெட்டிப் புசி
விதையின் பருப்புகளைப் பிளந்து
காதுதூரம் வீசு
பறிக்கப்பட்ட சொற்களைச் சேகரித்து
ஒரு பாடலொன்றை இசைக்கிறேன்
சாயமேற்றப்பட்ட நூலிலிருந்து
விழுகின்ற நீரைப்போல்
அப்பாடலிலிருந்து ஒழுகும் மதுவை
மார்பின் கோப்பையால் ஏந்திக் குடி
அனுபவித்திராத உன்னதப் போதையை
நீ சுகிக்கிறாய்
ஒலிவ மரத்தின் தழைகளால்
அலங்கரிக்கப்பட்ட இருப்பிடத்திற்குள்
நெகிழ்ச்சியான என்னைப் பரிசளிக்கிறேன்
தொலைவில் அலங்கரிக்கப்பட்டிருக்கிறது
உனக்கான பலிபீடம்.

நீ ஒரு கொலை நிகழ்த்தினாய்

காக்கிச் சீருடை அணிந்து
துப்பாக்கியுடன் பணிக்குப் போகும்போது
நீ ஒரு கொலையாளியாவதை
அறிந்திருக்கமாட்டாய்

உன் சட்டைப்பையில் குத்திக் கொள்ளும்
பதக்கங்களின் எண்ணிக்கையில்
ஒன்றைக் கூட்டியது தவிர
அக்கொலை யாது செய்தது உனக்கு

ஒருசில முணுமுணுப்புகளையும்
பணிநீக்கத்தையும் மிஞ்சி
வேறொன்றையும் நீ சந்திக்கவில்லை
உன் அநீதியான செயலுக்கு

கொலையுண்டவனின் பொருட்டாவது
பொத்தலிடப்பட்ட அவன் சடலத்தைச்
சிறிது கருணையுடன் நடத்தியிருக்கலாம்

உண்ணப்படாத விலங்கின் உடலைப்போல்
இழுத்துச் சென்றாய்
அவ்வளவுதான் மனித உயிர்கள் உனக்கு

துப்பாக்கி விசையை நீ அழுத்திய நொடியில்
உன் மேலதிகாரிகள்
பழக்கியதை நினைத்திருக்கலாம்
ஆனால்
துப்பாக்கிக்குண்டு தன் நெஞ்சைப் பிளந்ததும்
அவன்
கர்ப்பவதியான என்னைத்தான் நினைத்திருப்பான்

இரத்தம் தோய்ந்து ஈக்கள் மொய்த்த
அவனது கடைசிப் புகைப்படம்
காலத்தின் முன்னே உறைந்திருக்கிறது

என் குழந்தைக்கு
எதைச் சொல்லி எவரைக் காட்டி
அவனை அறிமுகப்படுத்துவேன்

உன் குழந்தைகளை
மார்பிலே சரித்துக்கொண்டு
புராணக் கதைகளைச் சொல்லி வை
அப்படியே
நீயொரு கொலை நிகழ்த்தினாய் என்பதையும்.

இப்படிக்கு
காயத்ரி
க.பெ.: ஜெயபால்

அந்த ஓர் இரவு

பேரமைதியின் உடலில் சரிந்து
விளையாடியபடி இருக்கிறது இரவு
உயர்ந்திருக்கும் மரமொன்றின் கிளையில்
தனித்திருக்கிறது ஓர் ஆந்தை
நீண்ட கதைகளை
சிறுசிறு உரையாடல்களாக மாற்றி
நீயும் நானும் பேசிக்கொண்டிருக்கிறோம்
உடல்கள் குளிர்கின்றன
எவற்றாலானவை அவை என்னும்
புள்ளியிலிருந்து துவங்குகிறது
நம் இருவருக்கான காதல்
துண்டங்களாக அரிய முடியாத
ஒளிப் பழத்தை
நிலவு என் கைகளில் திணிக்கிறது
தொலைவில்
மிரட்சியுடன் கடந்தேகும் ஒரு மிருகம்
அப்பழத்தை என்னிடம் யாசிக்கிறது
இனிய
நறுமணத்தை விட்டுச் செல்லும்
மலரின் அரும்புகள் கிளர்த்துகின்றன
நடந்தேற இயலாத ஓர் உதயத்தின் உச்சத்தை
மலைகளுக்கு அப்பால்
உதிக்கின்ற சூரியன்
நடுங்கியபடி இருக்குமென் சிறு உடலுக்கு
ஓர் அந்தகாரத்தையே
எப்போதும் பரிசளிக்கிறது.

பெருகும் இரத்தம்

மதநீர் ஒழுக்கும் பருத்த யானையென
உயர்ந்திருக்கும்
உன் ஆளுகை மலையிலிருந்து
பெருகி ஆர்ப்பரிக்கிறது ஓர் அருவி
விரல் நுனிகளில்
பருவங்களைத் தவழவிடும்
நிறமற்ற காலத்தின் கற்களும்
மயிர்நீட்சியாய் வளரும்
வரலாற்றின் துகள்களும்
அவ்வருவியோடு கலந்தே விழுகின்றன
அலைகளற்ற பெருங்கடலில்
கரை ஒதுங்கும் சடலமொன்றின்
அசைதலைப் போல
அருவியின் லயம் உயிரைக் கரைக்கிறது
கற்கள் பெயர்ந்துபோன
குற்றுச்செடி முளைத்திருக்கும்
பழங்கட்டடத்தின்
மீதமரும் பறவையாய்
அவ்வருவியில் நனைகிறேன்
உடைப்பெடுக்கின்றன உடலின் மதகுகள்
வார்த்தெடுத்த கண்ணாடியாய் மிளிரும்
நீர்த்தாரைகளில் தெறித்து விழுகின்றன
மைத்ரேயியின் கனத்த சொற்களும்
ஒளவையின் தீரா முதுமையும்
அவற்றை
அள்ளியெடுத்துப் பருகுகின்றேன்
நூற்றாண்டுத் தாகம் தணியப் பறக்கின்ற
என் கால்களில் தொங்குகின்றன
இரத்தம் பெருகும் அவ்வருவி.

முத்தத்தின் நிறம் ஏவாள்

உறைந்த மழையின் கூர்வாளாய்
என் மாமிசத்தின் உள்ளிறங்கும்
முத்தத்தின் நிறம்
என்னவாக இருக்கக்கூடும்
உதடுகளில் ஓர் அருவியை
எப்போதும் சொரிந்துகொண்டிருக்கும்
அதன் நிறத்தை
அறியவே விரும்புகின்றேன்
அம்முத்தம்
தன்னை நிகழ்த்திக்கொள்ளும்போது
கண்களின் சாளரங்கள்
ஒளியற்றுப் போகின்றன
அதை எதிர்கொள்ளும்போதெல்லாம்
அதன் நிறத்தை அறிவதிலேயே
காதலின் சுடர் தீர்ந்துவிடுகிறது
ஆயினும் பெருவிருப்பத்துடனே
குளிர்காலத்தின் இரவுகளில்
அவன் உமிழ்ந்த முத்தங்களை
ஒவ்வொன்றாய்ப் பிரித்துப் பார்க்கிறேன்
உப்பின் கரித்த சுவை மட்டுமே
மீதமிருக்கின்றது
காமத்தைச் சுடராக்கி விழுங்கும்
தோழி ஒருத்தி உரைக்கின்றாள்
அதன் நிறம் நீலம்தான்
ஒருவேளை
நீரைப் போல நிறமற்றதோவென
உறங்கிப் போகிறேன்
கனவில் வந்த ஆதாம்
வெட்கத்துடன் சொல்லிச் செல்கின்றான்
முத்தத்தின் நிறம் ஏவாள்.

பனிக்குடம்

பின்பனிக் காலத்துக் குளிர் இரவு
நிறம் உலராத பிரம்பு மேசையில்
படபடக்கிறது ஒரு வெள்ளைத் தாள்
காற்றின் கன்னம்பட்டு
உரசிக்கொள்ளும் மூங்கில்களெனே
நானும் கவிதையும் தனித்திருக்கிறோம்
என்னுள்ளிருந்து அது பிறப்பதைத்
தன் குவளைக் கண்களால் காண
கலவிக்கால விலங்கினைப்போல்
என்னைத் துரத்திக்கொண்டிருக்கிறது
ஒரு பிரசவம் நிகழும்போதான
பரவசம் என்னுள் வேர்பிடிக்கிறது
இயல்பு கூடியவளாக நிற்கையில்
வெடித்த பருத்தியின் விதையென
நினைவு தப்புகிறது
உன் மகன் சான்றோன்
என உரைத்தபடி யாரோ ஓடுகிறார்கள்
தலைவியை வரைவு கடாய
வலிய மலைநாடனிடம் கெஞ்சுகிறேன்
பாடுபொருள் ஆகின்றன
என் தேமல்சூழ் அல்குலும் மாமையும்
முச்சந்தியில் வீசப்படும் சவுக்கடிகள்
முதுகை ஓவியக் களமாக்குகின்றன
ஆணொருவன் வன்புணர்வு செய்கையில்
உடைகிறது என் பனிக்குடம்
கண் விழித்துப் பார்க்கிறேன்
கவிதைக்குள்ளிருந்து கழிவுகளோடு
வெளிப்படுகிறது என் தலை.

என்னுடைய பாடல்கள்

காலம் கடந்த அவற்றை
எப்போதும் பாடுகிறேன்
அவற்றிலிருந்து குருதி வழிகிறது
அவற்றிலிருந்து மது நுரைக்கிறது
அவற்றிலிருந்து மொழி துளிர்க்கிறது
காமமும் காதலும் உருகுகிறது
விடுதலை அவற்றிலிருந்து
தன்னைப் பிரசவித்துக்கொள்கிறது
பறை ஒலிக்கப் பாடுகிறேன்
இன்னும் பாடுவேன்
நஞ்சு வார்க்கப்பட்ட குவளையில்
செருகி வைத்திருக்கும் மலர்கள்
நீலமாகும்வரை பாடுவேன்
கொஞ்சம் பெண்கள்
பழங்குடி ஓவியங்களோடு
களிப்பு நடனமாடுகிறார்கள்
சுழன்றாடும் அவர்தம் கால்கள்
களைக்கும்வரை பாடுவேன்
திரைச்சீலை மறைவிலிருந்து
எதைக் கேட்கிறாய் எதைப் பார்க்கிறாய்
உன் கண்கள்
ஒளி இழக்கும்வரை பாடுவேன்
தாளமிட்டவாறு
ஆடிப் பாடுகையில் அதிரும்
என் அதரங்களைத் தீண்டாதே
அவை நேற்றையவை அல்ல
நிர்வாணத்தை நிர்மாணித்த காலத்தவை
நான் இன்னும் உரக்கப் பாடுகிறேன்
என்னுடைய பாடல்கள் நிர்வாணமானவை.

பிணங்கள் ஒருபோதும் உரமாவதில்லை

செம்மரங்கள் அடர்ந்து வளர்ந்திருக்கும்
மலையின் சரிவிலிருந்து
பாறையென உருண்டோடும் அருவி
சமவெளியை இட்டு நிரப்புகிறது
தன் குளிர்ந்த நீரால்
அங்கு
தானியங்கள் விளைகின்றன
பளிச்சிடும் கூழாங்கற்கள்
வண்டல் மண்ணில் மிதக்கின்றன
அங்குக் கமழ்கின்ற நறுமணம்
மூலிகை வேர்களின் தீரா மணத்தை
ஒத்திருக்கின்றது
மூர்க்கமான விலங்குகளின்
முதுகில் அமர்ந்து
பறவைகள் பாடுகின்றன
ஒருபோதும் திரும்ப வராத காலத்தை
துக்கங்களை ருசி பார்த்து
துயரங்களை விழுங்கிய பெண்ணென
மழை மௌனமாய்ப் பொழிகையில்
உடைந்த நத்தையின் ஓடுகள்
வெளிக் கிளம்புகின்றன
நீலநிறக் கடல் இங்கிருந்துதான்
நடை பழகியது போலிருக்கிறது
அறம் பொங்கும் இவ்விடத்திலிருந்து
என்னைத் தோண்டியெடுத்து
கழிவுகளின் பிரதேசத்தில்
ஆழப் புதைத்துக்கொள்கிறேன்
ஏனெனில்
பிணங்கள் ஒருபோதும் உரமாவதில்லை.

புதிர்

அவனைப்
புணர்ந்துவிட்டு எழுகிறேன்
முற்றிலும்
தேய்ந்து மறைந்த
நிலவாகி இருந்தது
என் தொப்புள்.

உயிர்த்தெழுந்தவனின் ஆடை

பழைமை ததும்பிய இராக்காலத்தில்
சாலமோனின் உன்னதப் பாட்டினைப்
பாடிக்கொண்டிருந்தேன்
எனது படுக்கையிலிருந்த
நான்காம் உலகத்தின்
வாசல் மெதுவாகத் திறந்தது
திடீரென்று உள்நுழைந்த அவன்
ஒரு யூதனைப் போலிருந்தான்
அவன் நாசி
கேதுரு மரத்தைப் போலவும்
கண்கள்
பாலில் கழுவப்பட்ட
கருந்திராட்சைகள் போலவும் இருந்தன
காட்டிக் கொடுக்கப்படாத அவன்
எவரையும் சுகித்திராத
உடலுடையவனாகவும் இருந்தான்
நடுக்கமுற்றிருந்த
அவனைத் தீண்டுகையில்
ஒரு நகரத்திலிருந்து
இன்னொரு நகரத்திற்குச் செல்லும்
பயணியைப் போலிருந்தது மனம்
ஆதுரமிக்கக் காதலைச் சொல்லி
முத்தமிட்டேன் அவனை
விடிந்ததும்
என் காலடியில் கிடக்கிறது
உயிர்த்தெழுந்தவனின் ஆடை.

பேருருவானவள்

அதைத்தான் நானும் சொல்கிறேன்
வெண்மையாய் உறைந்திருக்கும் முகட்டின்
அடிவாரத்தில் பயிரிடப்பட்டிருக்கும்
தூலிப் மலர்களைக் காவல் காப்பவள் நானில்லை
கூண்டிலடைக்கப்பட்ட பறவைகளுக்கு
இடுக்கு வழியாக உணவு தருபவள் நானில்லை
நான் வேறு என் சொற்கள் வேறு
என் நினைவுகள் வேறு எண்ணங்கள் வேறுவேறு
அதைத்தான் நானும் சொல்கிறேன்
உதிப்பதிலிருந்து சூரியனைப் பார்க்கிறேன்
இரத்தச் சிவப்பு முகத்தில் தெறிக்கும்வரை
அந்தியை விழுங்குகிறேன்
என் செய்கைகள் வேறானவை
என்னிடம் தேட வேண்டாம்
தேடல்களின் தேவை எவையுமற்று
பருத்த தண்டுடைய பெருமரமாய் நிற்கிறேன்
என் வனம் மலையோடு கிடப்பது
என் மழை அவை கூடிக் கிடைப்பது
அதைத்தான் நானும் சொல்கிறேன்
அரிந்து வீசப்படாத முலைகளென
அன்பும் நேசிப்பும் கசிகின்றன
நான் வேறானவள்
குழந்தையைப்போல அணைத்துக்கொள்கிறேன்
நானே பூக்கிறேன் பறித்துக்கொள்
என் கிளைகளில் வாசம் செய்
உன் மகிழ்வின் எச்சம் உரமாகட்டும்
வா
பிரமாண்டம் பேருருக் கொள்வதில்லை
எப்போதும்.

ஆதிநிலம்

ஊமத்தையாய்ப் பூத்திருந்த பகலின் மார்பு
சற்று வெம்மையாய் இருந்தது
மண் நிரப்பப்பட்ட சாலையில்
மகளோடு நடந்துகொண்டிருந்தேன்
நேற்றவள் முத்தமிட்டதன் பற்கடிப்பில்
காலடியில் கடக்கும் ஓர் ஆறென
அன்பு வழிந்து ஓடியது
உரையாடியபடி நாங்கள் நடக்கையில்
வண்டுகளின் ரீங்காரத்தைக் கூட்டி வருவாள்
ஒரு பட்டாம்பூச்சி வண்ணமுதிர்த்துச் செல்லும்
நான்தான் ஆரம்பித்தேன்
அம்மாவின் முலைகள் பற்றிச் சொல்லேன்
மழைதரும் மலைகள் அவை என்றாள்
முதிர்ந்த இலையின் நரம்பென
பிரசவத் தழும்புகள் பிணையும்
அடிவயிற்றைப் பற்றிச் சொல்லேன்
தோண்டித் தீர்த்தாலும்
உயிர்களை முளைக்க வைக்கும்
ஆதிநிலம் அது
புயலில் சிக்கிய பூவாய் நைந்திருக்கும்
நீ வெளிப்பட்ட இடம் பற்றிச் சொல்லேன்
பிரபஞ்சத்தின் ஊற்றுக்கண் அது
சொல்லிக் கொண்டிருந்தவள்
ஆடையோடு சேர்த்து
அவ்விடத்தை முத்தமிடுகிறாள்
மெதுவாக மலர்கிறதென் கருப்பை.

காடென்பது காடல்ல

காடு காடெனவே இருக்கும் காடொன்றில்
ஆதியிலிருந்து என் பெருவாழ்வு
காட்டுக்குள் நீண்டிருக்கும் பாறையிலிருந்து
ஆடையற்றுக் குதிக்கும் காட்டாற்றின் பேரோசை
நிறைத்துக் கொண்டிருக்கிறது வெளியை
வெளிச்சம் படாத என் தோலில்
தேமலின் வாசம் வீசுகிறது
நூற்றாண்டு கால ஈரத்தில்
உறங்கிக் கொண்டிருக்கும் சருகுகளில்
சுழன்றடிக்கிறது பிறப்பு வாசனை
வெட்டியெடுக்கப்படாத நிலக்கரியென
நின்றிருக்கும் கொன்றை மரங்களில்
வழிகிறது பச்சை வாசனை
முல்லையும் தோன்றியும்
பூத்துப் பூத்துக் கொட்டுகின்றன
அவற்றின் மணம்
முத்தமிடுதலின் எச்சிலை ஒத்திருக்கிறது
குறுக்கிட்டு ஓடுகிற முயலும் மானும்
மெல்லிய தூரத்தை நினைவூட்டிச் செல்கின்றன
சட்டெனக் கடந்துபோகும் காட்டுக்கோழியின்
உதிர்ந்துபோன இறகு வாசனை
குழலின் இசையென மயக்குகிறது
செடிகளில் தொற்றியிருக்கும் பழங்கள்
ஒவ்வொரு கணமும்
மழையின் வாசத்தை நினைவுறுத்துகின்றன
அப்போது நீ காட்டினுள் நுழைந்து
காட்டிலிருந்து வெளியேறுகிறாய்
அத்தனை வாசனைகளும்
நிறம் மாறுகின்றன உன் ஒற்றைவாசமாய்.

கூடையும் பறவை

இலைகள் உதிரத் தொடங்கும்
மரத்தின் கிளையில் அமர்ந்திருக்கிறேன்
சூரியன் தன்னைத் தீயிட்டுக்கொள்ளும்
கோடைகாலம் இல்லை இது
என்றாலும்
சிவப்பும் மஞ்சளுமாய்ப் பூக்கும்
வசந்த காலத்தை ஒத்தது இப்பருவம்
மெல்ல கண்களைத் திறக்கிறேன்
எதிர்நிற்கும் உன் கண்களில்
அசைவாடுகின்றன என் சிறகுகள்
இரையை ஊட்டுகிறாய்
வாய்பிளந்து உனதன்பினை விழுங்குகிறேன்
உப்பு கலந்த கடற்காற்றென
பிசுபிசுப்புடன் அணைத்துக் கொள்கிறாய்
பறந்து பறந்து கீழே வீழ்கையில்
கவ்விக் கொள்கிறாய் ஒரு தளிரென
இரைதேடி
நான் கிழக்கு நோக்கிப் பறப்பதைப்
பூரிப்புடன் பார்க்கிறாய்
கோடைகாலம் வந்துவிட்டது மறுபடியும்
என் நிழலில் இளைப்பாறும்
உன் நினைவின் நதி வற்றிவிட்டது
கூரிய நகங்கள் உடைந்துபோயின
பறத்தலை மறந்த உன் இறகுகள்
ஒவ்வொன்றாக உதிர்வதை
இரத்தம் வழியப் பார்க்கிறேன்
அம்மா நீயின்றி
எந்தக் கூடையும் இப்பறவை.

பல் பிடுங்கப்பட்ட வாழ்க்கை

முதிராக் கனியின் தோலென
இறுக்கமாய் ஆடை அணிந்திருக்கும்
பெண்ணொருத்தி
தளர்ந்திருக்கும் கயிற்றின்மேல் நடக்கிறாள்
சிறுகுன்றின்மீது ஊன்றப்பட்ட
உயிருள்ள சிலுவையென
விரிந்திருக்கும் அவள் கைகளில்
நீண்டிருக்கும் மூங்கில் அசைவற்றிருக்கிறது
அவள் வாய் ஒருமிடறு புளிப்பு நீருக்காக
உலர்ந்திருந்தாலும்
மூடிய உதடுகளிலிருந்து
கரையானென வெளியேறுகிறது புன்னகை
ஒவ்வொரு அடியாக நடக்க நடக்க
சமநிலைத் தவறி ஆடுகிறது வாழ்க்கை
ஏந்தியிருக்கும் கழியின் இருபுறமும்
தீராத துக்கமும்
ஒருபோதும் காணப்படாத கனவுகளும்
தொங்கிக் கொண்டிருக்கின்றன
தொலைதூரத்தை வெறித்திருக்கும் கண்கள்
அடிவானத்தின் நட்சத்திரத்தை உறிஞ்சுகின்றன
பாதங்களை நீளமானச் சக்கரங்களாக்கி
நடக்கத் தொடங்கும் அவள்மீது
நாணயங்களின் கற்களை வீசுகிறார்கள்
சேகரித்து உறங்கும் அவள் தலைமாட்டில்
பல் பிடுங்கப்பட்ட பாம்பென
சுருண்டிருக்கிறது வாழ்க்கை.

உயிர் மெய் ஆன்மா

உதடு குவிப்பிலிருந்து
வெளியேறும் முத்தத்தைப் போல
நாம் சந்தித்துக்கொண்ட
அன்றைய இரவு இருந்தது
கொஞ்சம் உவர்ப்பு கொஞ்சம் இனிப்பு
எதிரெதிர் இருக்கைகளில் அமர்ந்திருக்கிறோம்
நமக்கிடையே இடைவெளி இருந்தது
ஆயினும்
யாசகம் இல்லை இறைஞ்சுதல் இல்லை
வாய்ச்சொற்கள் எவையுமில்லை
வெளியேறத் தெரியாமல் திகைத்து நிற்கும்
காற்றின் ஓசை மட்டும் அவ்வறையில்
படபடத்துக் கொண்டிருக்கும் கண்களில்
ஒரு சலனப்படம் நிகழ்ந்து கொண்டிருந்தது
துயரங்களின் வலிநிவாரணியென அன்பை
சேமித்து வைக்கும் இடமறியாது
சட்டெனப் பொழிந்துவிடுகிறது
நம் இதயங்களின் கருமேகம்
அப்படி என்னதான் இருந்துவிட முடியும்
நரம்புகள் முடிச்சிட்டுக் கிடக்கும்
அந்தக் கண்களுக்குப் பின்னால்
பாடம் செய்யப்பட்ட சித்திரமென
நம் உருவங்கள் உறைந்திருப்பதைத் தவிர
அந்த இடைவெளி இருக்கட்டும் அப்படியே
அந்தக் குளத்தில்
நமதன்பின் குஞ்சுகள் நீந்தட்டும்
கனிந்த விடியற்காலையில்
மனங்கள் பிணைந்து கிடப்பதை
நம் உடல்கள் கண்ணுறுகின்றன
சடசடத்து எரியும் தன் சடலத்தை
அருகிருந்து பார்க்கும் ஓர் ஆன்மாவென.

சுகிர்தராணி கவிதைகள் (1996–2016)

பற்படா யாக்கை

பகல்சூல் இருட்டு
நன்பிச்சிக் கமழும்
நற்விதை முளைக்காத
மணல்குவி பாலையில்
ஊன் உருக்கி
உயிர் பெருக்கி
சகல உயிர் இரைச்சல்
வெளியின் வெளியேயும் குடைய
கடுநெஞ்சத்தில் ஊடுருவிய
அதிகபட்ச பருவரேகையின்
நற்கருணைப் பேரேடு
என் பற்படா யாக்கை.

உயிரூட்டுதலின் கடவுள்

கைவிடப்பட்ட கட்டடத்தின் சுவரோரம்
அவன் வாழ்ந்து கொண்டிருக்கிறான்
பாசிபடர்ந்த சுவர் அவனது நிலம்
கரியின் மந்திரக்கோல் கொண்டு
விதையை ஊன்றுகிறான்
காலத்தின் ஒற்றையடிப் பாதையை
நான்காய் மடித்தாற்போல
ஒற்றைக் கணத்தில் முளைக்கிறது செடி
பின் கிளைத்துப் பரப்புகிறது நிழலை
அவன் கண்களிலிருந்து ஒழுகும்
ஞானத்தின் ஒளியில்
பறவைகள் பறந்துவந்து அமர்கின்றன
இலைகளில் பச்சையத்தைக் கூட்டுகிறான்
மனம் விரல்வழியே இறங்கி வழிய
கையளவுச் சூரியனையும்
பூவின் சூலென நிலவையும் வரைகிறான்
பின்பு வழித்தெடுத்த நாவின் நீலத்தை
வானமென பின்னால் பரப்புகிறான்
இதயத்தின் தசையெடுத்து
ஓடும் அணிலுக்கு உயிரூட்டுகிறான்
அவன் உமிழ்நீர்க் குளத்திலிருந்து
பெருகுகிறது ஒரு நதி
கருத்த தோலிலிருந்து வெண்ணிறத்தில்
பட்டாம்பூச்சிகள் உதிர்கின்றன
உயிருள்ள அவ்விடத்திலிருந்து
திகைத்து நிற்கும் என்னைப் பார்க்கிறான்
கொஞ்சம் கொஞ்சமாய்
உயிர்ப்பற்றுப் போகிறது எனது நிலம்.

பச்சோந்தி

இலைகள் பழுத்து உதிரத் தொடங்கும்
கோடைக்காலத்தில்
வியர்வை அரும்பாத உன் உதடுகளை
என்ன செய்யப் போகிறாய்
நீர்மட்டத்தில் எட்டிப் பார்க்கும் சிறுமீனென
நீ வாய் திறக்கையில்
உரசி வெளியேறும் காற்றாய் மாறுகிறேன்
சுடுமணலின் பாதிரிப் பூவாய்
இதழ் விரித்துப் பேசும்போது
காதலின் பொரித்தெடுத்த சொற்களாகிறேன்
வெடித்து விதை பரப்பும் செடியின் ஓசையாய்
நீ புன்னகைக்கும் தருணத்தில்
அதிர்வுறும் கைப்பிடி அணுவாகிறேன்
தூரத்தில் ஒலிக்கும் பறவையின் இசையென
நீ பாடுகையில்
உன் தொண்டைக்குழியின் மிடறாகிறேன்
இரவின் கை பட்டதும்
வெட்கமுறும் தாமரையின் செவ்விதழ்களென
நீ உதடு குவிக்கையில்
சத்தமின்றிப் பிறக்கும் முத்தமாகிறேன்
இரவு தூங்காதிருக்கும் இரவுகளில்
வேட்டையாடிக் களைத்த விலங்கென
நீ உறங்கிப் போகையில்
உன் இதழ்களுக்கிடையே
அழுந்திக் கிடக்கும் மௌனமாகிறேன்
சர்வகாலமும் உன்னைப் பின்தொடர்கின்ற
உனதிரு உதடுகளின் பச்சோந்தி நான்.

சுகிர்தராணி கவிதைகள் (1996–2016)

நூற்றாண்டுகளின் ஒற்றைக் கேள்வி

தலைசாய்த்து நீரருந்தும்
சிறு பட்சியைப்போல
வீட்டின் முற்றத்தில்
அமர்ந்திருந்த அப்பாவிடம் கேட்கிறேன்
நீர்நாயின் நனையாத தோலென
மினுமினுக்கின்றன அவர் கண்கள்
உள்ளுக்குள் உடைப்பெடுத்தாலும்
காட்டிக்கொள்ளாமல் நிற்கிறேன்
உடலின் குப்பியில் விஷத்தை இட்டாற்போல
வலி பெருகுகிறது
உள்ளங்கையை முறமாக்கி
சலித்தெடுத்த மண்ணை
ருசி பார்த்த காலந்தொட்டே
கேட்டுக்கொண்டிருக்கிறேன்
பதில் சொல்வாரில்லை
ஒட்டுப் போட்ட சக்கரமென
தும்பியைப் பிடித்துக் களித்த பருவத்திற்கு
உருண்டோடுகிறது அவர் மனம்
வலி பிசகாமல்
அவரும் அவர் அப்பாவிடம் கேட்டது
நினைவிலாடும் போலிருக்கிறது
அப்பாவும் அழுகிறார் நானும் அழுகிறேன்
இதயத்தின் ஒற்றைக் கப்பியில் கட்டப்பட்ட
கேள்வியின் ஊஞ்சல்
காலத்தின் இருபுறமும் சென்று வருகிறது
பதிலின்றி பதில்சொல்வார் எவருமின்றி
சற்று தொலைவில் சொப்பு வைத்து
தனியே விளையாடும் என் மகள்
உதட்டின் விளிம்புக்குள் துக்கத்தை மடித்து
அதே கேள்வியைக் கேட்கிறாள் என்னிடம்
சேரி ஊராகாதா அம்மா?

ஆதியின் ஆத்ம விதை

பருவமழைக்குப் பிந்தைய நிலமாய்
நெகிழ்ந்து கிடக்கிறேன்
கெட்டித்துப் போன பாறை
மணலாய்ப் பொடிந்த நாளிலிருந்து
நினைவுக் கிணற்றில் மூழ்கி
ஒருவாறு யூகித்தறிகிறேன்
என்னுள் எவையும் ஊன்றப்படவில்லை
பின் எப்படி விழுந்தாய்
எப்படி முளைத்தெழுந்தாய்
பின்னிரவுப் பிரகாசமான நட்சத்திரமென
நீ யாரின் விதை
எவற்றின் விதை
ஆதியின் ஆத்ம விதையா
நானறியேன்
ஆழ்ந்த மூச்சு விடவும்
புரண்டு படுக்கவும் கூடாதிருக்கிறேன்
உன் வேர்கள் முறியாதிருக்கவேண்டி
நீ வளர்
என்னிலிருந்து நீரெடுத்துக் கொள்
என்னிலிருந்து சுவாசமெடுத்துக் கொள்
அன்பின் கனிமங்களை
மென்மையாக்கித் தருகிறேன்
கிளை பரப்பு
பூத்துக் காய்
கனி கொடு ஆயிரம் பறவைகளுக்கு
புதியதொரு உலகத்தை சிருஷ்டி
நிலம் முதல்முறையாய் யாசிக்கிறது
முதிர்வுற்று நீ பெயர்த்தெடுக்கப்படுகையில்
என்னைப் பதுக்கிக் கொள்
திமிறத் திமிற இரை கவ்விப் பறக்கும்
ஒரு வல்லூறு போல.

கோடையின் பனித்துளி

முதன்முறை கர்ப்பந்தரித்தவளின்
நிறைமாத வலியைப்போல
ஆரம்பிக்கிறது இந்தக் கோடை
வெயிலைப் பருக முடியாமல்
தலை சாய்த்து அடம் பிடிக்கின்றன
களைத்து நிற்கும் செடிகள்
மரத்தின் கிளைகளில்
தளர்ச்சியாக அமர்ந்திருக்கும் பறவைகள்
வாய் திறந்து
உஷ்ணத்தை ஊதுகின்றன
கசடுபடிந்த நிலவையும்
இந்தப் பகல் நேரத்தில் காணவில்லை
தொங்கிய வாலுடன் கடந்து போகிறது
சன்னல் விளிம்பில் எட்டிப் பார்க்கும்
கருஞ்சாம்பல் அணில்
பொன்னிறமாய் மினுங்குகிறது
தாரிடப்படாத மண்சாலை
கைவிடப்பட்ட ஆழ்துளைக்கிணறு போல
செங்குத்தாக நிற்கிறது சூரியன்
குமட்டல்காரனின் உமிழ்நீரென
வழிகிறது வெக்கை
தசைவற்றிய மீனாய் சுருண்டிருக்கின்றன
குட்டையான மண்புழுக்கள்
ஒரே ஆறுதல்
தாமதமாய் வந்த உன்னை
தழுவிக் களைத்த என் உடல்மீது
துளிர்த்திருக்கும் பனித்துளிகள்.

தேவதைகள் சாட்சியாவதில்லை

நீலநிற சிறகு கொண்ட
ஒரு பறவையின் பறத்தலைப் போல
முகத்தைக் காட்டியபடி நடக்கிறேன்
வாயகன்ற குப்பியிலிருந்து
ஒரு போர்வீரனின் இலாகவத்தோடு
திராவகத்தை வீசுகிறாய்
புன்னகையின் கனி பழுத்திருக்கும்
என் முகம் சிதைவடைகிறது
வீட்டைவிட்டுக் கிளம்புகையில்
ஒப்புக்கொடுத்த ஒரு தாதியென
அறிவுரை கூறுகிறாள் தாய்
சட்டென்று முகத்தைத் திருப்பி விடாதே
துளிகூட மிஞ்சாமல் ஏந்திக்கொள்
கழுத்தகன்ற மேலாடையை அணிவித்து
முடியை இறுக்கக்கட்டி அனுப்புகிறாள்
எவ்வளவு பக்குவப்பட்டவள் என் தாய்
திராவகத்தை மறுமுறை வீசு
தேள்கொடுக்குகளின் வலி நான் உணரட்டும்
வெந்நீர் ஊற்றின் சூடு நான் அனுபவிக்கட்டும்
வெந்த நரம்புகளின் நாணில்
கழுத்தும் முகமும் இழுத்துக் கட்டப்படட்டும்
புருவம் தீய்க்கப்பட்ட கண்கள்
செந்நிறச் சதைக் கோளமாகட்டும்
கண்திறவா நாய்க்குட்டியின் தேடலைப்போல்
சூம்பிப்போன என் மார்பகத்தில்
முலைக்காம்புத் தேடி ஏமாறட்டும் என்மகள்
திராவகத்தை மீண்டும் வீசு
இருந்துவிட்டுப் போகிறேன்
உன் முகத்தை உனக்கே காட்டும்
ஒரு துர்தேசத்தின் கொடுஞ்சிலையாய்
புன்னகை உறைந்த தேவதைகள்
ஒருபோதும் சாட்சியாவதில்லை.

கடலாகி நிரம்புதல்

இசைக்குறிப்பு எழுதப்பட்ட தாள் ஒன்று
மேசைமீது
படபடத்துக் கொண்டிருக்கிறது
எண்களிடப்பட்டு
அடுக்கி வைக்கப்பட்டிருக்கின்றன புத்தகங்கள்
அதன்மீது ஒரு பூங்கொத்தும்
கைக்கெட்டும் தூரத்தில்
சுடல் தளும்புகிறது
சூரியனை அருந்திவிட்டு அமர்ந்திருக்கும்
என் கைகளில் மை தோய்ந்த இறகு
கடலை வரைகிறேன்
நுரைத்துப் பொங்கும் அலைகளை
அதன் பச்சையை நீலத்தை
உப்புச் சுவையை
கரையொதுங்கும் சிறுசிறு சங்குகளை
நிறைவேறாக் காதலின்
துப்பப்பட்ட முத்தத்தை
எல்லாவற்றையும் வரைகிறேன்
முடிக்கப்பெறாத அவ்வோவியத்தை
முடிக்கிறேன்
நீயே கடலாகி அலையாகி
உப்புச் சுவையாகி
முத்தமாகி வந்து நிற்கிறாய்
இசைக்குறிப்பு எழுதப்பட்ட தாள்
தன்னையே இசைத்துக் கொள்கிறது
நீ நிரம்பிய அவ்வறையில்.

ஆட்டுக்குட்டியின் மயிர்

நேற்றிரவு
ஆட்டுக் குட்டியின் மயிரைப் போல
என்னிதயம் மிக மிருதுவாக இருந்தது
இலகுவாக வரக்கூடிய கண்ணீர்
ஒருபோதும் வழியப் போவதில்லை இனி
பார்த்தீனியங்கள் நிரம்பியது என்னிருப்பிடம்
அதனாலென்ன வெட்டி அழித்தால் போகிறது
இதையும் தெருவிளக்கு அடியிலிருந்தே எழுதுகிறேன்
பாதசாரிகள் என்னைக் கடந்தபடி இருக்கிறார்கள்
கையளவு மண் இல்லாத முற்றத்தில்
எந்தச் செடி வளர்ப்பது
பூனைகளும் சிறகு வெட்டப்படாத கிளிகளும்
என் வீட்டை வலம் வருகின்றன
ஏரியைச் செப்பனிடச் சென்றிருக்கும்
என் தாய் எப்போது வருவாள்
தந்தை இறந்து வெகுநாள் ஆகிறது
நான் படிப்பேன்
வீழ்ந்து போனவர் வரலாறுகளை
தேங்கிய சாக்கடையில் தத்தளிக்கும்
எலியைத் தூக்கி விடுகிறேன்
கையைக் கடித்துவிட்டு ஓடுகிறது
ஆயினும் எழுதுவேன் எழுதுகிறேன்
சந்தடி மிக்க சாலையோரம்
மூத்திரம் பெய்து கொண்டே
திரும்பிப் பார்க்கிறான் ஒருவன்
பூ அங்காடியில் கழிக்கப்பட்ட மலர்களைச்
சேகரித்து அவ்விடத்தில் கொட்டுகிறேன்
இன்றிரவு
ஆட்டுக்குட்டியின் மயிரல்ல நான்.

நான் இசைப்பிரியா

ஓயாத கடலின் அலைகள்
இடைவிடாது என்னுடலில் மோதியபடி
மடிந்து சரிகின்ற வேளையில்
ஆழமாய் வேர்பரப்பி
விரிந்திருக்கும் நீர்த்தாவரத்தைப் போல
என்னை இழுத்துச் செல்கின்றாய்
என் காலடியிலிருந்து
ஒழுகி வழியும் நீர்த்துளிகள்
உன் அழித்தொழிப்புக்குச் சாட்சியாய்
வெளியெங்கும் உருண்டு கொண்டிருக்கும்
வனத்தில் தனித்துத் திரியும்
மிருகத்தின் வெறி கொண்டு
என்னை வல்லுறவு செய்கின்றாய்
சதையை ஊடுருவிய உன்னால்
என் நிலத்தின் நிணநீர் ஓடும்
எலும்புகளை என்ன செய்ய முடியும்
மார்பகங்களை அரிந்த உனக்கு
அதன் அடியிலிருக்கும் நெருப்பின் சூடு
உறைக்கவில்லையா
வெகுகாலமில்லை வெகுதூரமுமில்லை
நீ ஏந்திய ஆயுதக் கருவியும்
பாய்ச்சிய உடற்குறியும்
இனி எழுச்சியின் அமிலத்தில்
கரைந்து போகும்
என் இரத்தத்தில் பூத்திருக்கும்
செங்காந்தள் மலர்களே
என் நிலமெல்லாம் இனி செழித்திருக்கும்.

பாழாய்ப்போன முத்தம்

புரையோடிய கண்ணின் வெண்மையென
தொங்கிக் கொண்டிருக்கிறது மழை
மனதின் வாசல் முழுவதும்
நினைவின் அலை புரள
நின்றிருக்கும் என் தோள்மீது
வந்தமர்கிறது அந்தச் சாம்பல் பறவை
சிவப்பு கலந்த சிறு அலகில்
களிம்பு துளிர்க்கும் சொற்கொடி ஒன்றைக்
கவ்வியிருக்கிறது
புதையுண்டிருக்கும் என் ஆறா ரணத்தை
எவ்வாறு கண்டுணர்ந்தது
மழைத்துளியோடு உருண்டோடும்
என் கண்ணீரைத்
தன் சிறகுகளால் துடைக்கிறது
அந்தியும் அடிவானமும் சேரும்
கடற்பொழுதின் குளிர்ச்சியை
எனக்கு ஊட்டுகிறது
என் நைந்த ஆடையில்
எங்கிருந்தோ கொண்டு வந்த
அன்பின் இழைகளால் பின்னலிடுகிறது
வாழ்வின் கதிரிலிருந்து கொய்த தானியமென
பிரியங்களை என்முன்னே கொட்டுகிறது
ஏழுமலை தாண்டி
ஏழுகடல் தாண்டி
உயிர் இருக்கும் இரகசியக் கதையைச்
சொல்லும் அதன் மடியில்
மெல்ல உறங்கிப் போகிறேன்
நன்றியறிதலாய்த் திருப்பித் தர
என்னிடம் எதுவும் இல்லை
பாழாய்ப்போன முத்தத்தைத் தவிர.

தானாக உதிரும் தொப்புள்கொடி

தன் தீயைத் தானே மூட்டிக்கொள்ளும்
பேரழகு கூடிய காட்டினுள் நுழைகிறேன்
நிழல் விழாத நிர்வாணத்தோடு
உள்ளேகும் என்னை அணைத்துக் கொள்கிறது
வெளித் தெரியும் மரத்தின் வேர்களில்
பூப்பரப்பி என்னை நடத்திச் செல்கிறது
பற்றியிருக்கும் அதன் கரங்கள்
அவ்வளவு குளிர்ச்சியானவை
உள்ளே ஓடும் நேசிப்பின் சூட்டை
அது காட்டிக்கொள்வதில்லை
கரட்டு நிலத்தில் கோழையைச் சுரந்தபடி
நகரும் நத்தையெனப் பின்தொடர்கிறேன்
இருள் அல்லாத இருளும்
ஒளி அல்லாத ஒளியும்
என்னைச் சுற்றி
ஒரு மாய வித்தையை நிகழ்த்துகின்றன
தலையில் மோதும் கனிகள்
இன்னும் பெயரிடப்படாதவை
செடிகளும் கொடிகளும் மரங்களுமாய்ப்
பிணைந்திருக்கும் தன்னுடலின் மையத்தை
அறிமுகப்படுத்துகிறது
நன்னீர்க் கடலெனத் தளும்பி நிற்கும் நீர்
சிறு சிறு மழைத்துளிகளாகி
வான்நோக்கி விரைவதை வியப்புடன் பார்க்கிறேன்
சற்று தூரத்தில் பூத்திருக்கும் கல்மரமென
ஆதாமும் ஏவாளும் நிற்கிறார்கள்
தானாக உதிர்கிறதென் தொப்புள்கொடி
ஆகச்சிறந்த காடே என் தேவதை
தேவதையே என் ஆதித்தாய்.

ஆகச் சிறந்த காதல்

முன் எப்போதோ வீசப்பட்டு
செயலிழந்த ஒரு வெடிகுண்டின்
காலிக் கோப்பையென
என் உடலில்
லீலிப்பூவின் செடி வளர்க்கிறாய்
இனிப்புகூடிய உன் எச்சிலால்
நீர் ஊற்றுகிறாய்
ஒழுகும் அன்பைச் சிந்தாமல்
பாதுகாத்துக் கொண்டிருக்கிறேன்
மழைக்குப் பிந்தைய கணத்தில்
புதரடியில் முளைத்தெழும் காளானென
என் ஆன்மா பூக்கிறதை நீ அறிவாயா
சதையாலான இந்த உடலையும்
எலும்புகளற்ற இந்த ஆன்மாவையும்
உருண்டையாக்கப்பட்ட சூரணமென
விழுங்கிவிடு
நீருக்குள் நீராய் இருப்பது
ஆகச் சிறந்த காதல்.

ஒளிகொடாச் சூரியன்

இரவும்
இரவின் இருட்டும்
இருட்டின் ஓசையும்
ஓசையின் லயமும்
லயத்தின் கிறுகிறுப்பும்
கிறுகிறுப்பின் உச்சமும்
உச்சத்தில் உருகி வழியும்
காமத்தின் ஒரு துளியும்
பட்டுத் தெறித்து
உதிர்ந்து போகிறது
இரவின்
ஒளிகொடாச் சூரியன்.

கொலையும் செய்வாள் பறச்சி

எங்கள் ஆடைகளை அவிழ்ப்பீர்
அம்மணமாக்குவீர்
வன்புணர்வீர்
தமையனோடு புணரச் சொல்வீர்
பிறப்புறுப்பில் துறடு செருகுவீர்
முலைகளை அரிவீர்
வாய்க்காலில் வீசுவீர்
அமிலத்தை ஊற்றுவீர்
தலையைத் துண்டிப்பீர்
காலை வெட்டுவீர்
காணாப் பிணமாக்குவீர்
மலத்தை வாயில் திணிப்பீர்
மூத்திரத்தைக் குடிக்கச் செய்வீர்
சேரியெனப் பிரித்து வைப்பீர்
செருப்புமாலை போடுவீர்
வேசி என்பீர்
பறையன் என்பீர்
தீயிட்டுக் கொளுத்துவீர்
மரத்தில் தொங்கவிடுவீர்
தீண்டாமைச் சுவரெழுப்புவீர்
தனிக்குவளை கொடுப்பீர்
செருப்பணியத் தடை விதிப்பீர்
காதலித்தால் நாடகம் என்பீர்
ஆணவக்கொலை செய்வீர்
இனி எவையும் மிச்சமில்லை
நீங்கள் செய்வதற்கு
ஆனால்
நான் செய்ய ஒன்றுண்டு
அது
கொலையும் செய்வாள் பறச்சி.

பச்சை இரத்தம்

விரிந்த பாலைவனத்தின்
வறண்ட தோலிலிருந்து முளைத்தெழுந்த
பசுங்கள்ளி போலிருக்கிறேன்
மணற்புயலில் நிறம்மாறி வீழும்
மழைத்துளியோ
பாறை இடுக்குகளின் ஆழத்தில்
அமிழ்ந்திருக்கும் நீரோ
எனக்கு வேண்டுவதில்லை
எப்போதும்
என்மீது சிந்திக் கொண்டிருக்கும்
வெப்பத்தின் வண்ணத்தை
ஒருபோதும் ஏறிட்டுப் பார்ப்பதில்லை
இரவில் தளர்ந்தடங்கும்
சூட்டின் கடைசித் துளி குளிர்ச்சியும்
என்னைத் தீண்டுவதில்லை
காற்று தன் வன்கரத்தினால்
மணலை வீசிச் செல்கையில்
என்னுடலின் மேற்பரப்பு
இன்னும் துலக்கமுறுகிறது
ஆழப் பரந்திராத என் வேர்கள்
முனைகளைக் கூர்ப்படுத்திக் கொள்கின்றன
முட்களற்று செந்நிறமான என் பழங்கள்
உண்ணும் கனிகளாய்க் கிடக்கின்றன
தொலைவிலிருந்து வரும் நீ
என்னை வெட்டிக் கிடத்துகையில்
பீறிட்டு ஒழுகுகிறது
பிசுபிசுப்பான பச்சை இரத்தம்.

இரவில் நீந்தும் மீன்

பனிமலையிலிருந்து உருகி ஓடும் ஆறென
வீசிக் கொண்டிருக்கிறது காற்று
கைக்கெட்டும் தூரத்தில்
படுத்துக் கிடக்கும் அதன் கரையில்
நடந்து கொண்டிருக்கிறேன்
நிராசைகள் வெயிலெனப்
போர்த்தப்பட்டிருக்கும் பகற் பொழுதில்
மினுங்குகின்ற அது
இரைகண்ட பாம்பின் நிசப்தத்தைப் போல
ஒடுங்கியிருக்கிறது இரவில்
அதன் கைப்பிடித் தண்ணீரை அள்ளுகிறேன்
அசைதல் இல்லை அலைகள் இல்லை
செலவழிந்த கனவுகளும்
தீர்ந்துபோன முத்தங்களும்
கொட்டப்பட்டிருக்கின்றன அதனுள்
நீர்த்தாவரமென மிதந்து கொண்டிருக்கும்
வலிகள் எவையும் கரைந்து விடவில்லை
தூக்கத்தில் சிரிக்கும் குழந்தையின்
வெள்ளந்தியும்
கொடுவாளால் குடல் சரிக்கும் துரோகமும்
அதனுள் அமிழ்ந்தே இருக்கின்றன
உள்நுழையும் வெளியேறும் வழியற்று
அதனை வலம் வருகிறேன்
மதம் பிடித்த யானையின்
உயர்ந்த வாலெனக் கவர்கிறது
அணில் கொறித்து வீசியெறிந்த பழமாய்க்
குறைவுபட நிற்கிறேன்
மௌனத்தின் வலைகொண்டு
மெல்ல இழுக்கிறது என்னை
துடித்து வீழ்கின்றேன் மனதின் கடலுக்குள்
நான் இரவில் நீந்தும் மீன்.

கைவிடப்பட்ட கல்லறை

இலை விளிம்பில் தொங்கும் நீர்த்துளியென
ஆன்மா அரற்றிக் கொண்டிருக்கிறது
மயக்க மருந்தின்றி
கண்முன்னே ரணத்தை அரிந்தெடுப்பதைப் போல
தூரத்தில் கிடத்தப்பட்டிருக்கும் உடலைக் கண்டு
தன் உயிரையே சிந்துகிறது
ஒன்றிலிருந்து ஒன்று பிரிந்து செல்லும்
நீலம் பூசிய பனியின் மலை
அதன் அடிவாரத்திலேயே கிடக்கட்டும் எனுதல்
நான் பிறந்தபோது
குளிரின் ஒருதுளி நாவில் பட்டதும்
கண் திறந்தேனாம்
பனியாடுகளோடு ஆடித்திரிந்த என் பால்யம்
குளிர்மையான அதன் மடியில் உறைந்திருக்கிறது
பருவமெய்திய போது
வெளிர்த்து வெளியேறிய முதல் இரத்தத்தைத்
துடைத்தகற்றியது அது
புறாக்களுக்கு இரை வீசுவதைப் போல
என் எழுத்துகளை அங்கேதான்
வீசியிருக்கிறேன்
அதை வாசித்து வாசித்து
வலிகளும் துரோகங்களும் நிறைந்த
தன்னுள் பொத்திவைத்து வலுவூட்டியிருக்கிறது
மலையும் அதன் தோளும் மடியும்
எனக்கு நித்தியம்
யாரேனும் கடக்க நேர்ந்தால்
கைகாட்டி விடுங்கள்
கைவிடப்பட்ட கல்லறை அங்கிருக்கிறதென்று.

பலியிடப்பட்ட காதல்

மகரந்தத் துகள்கள் காற்றில் பரவும்
வசந்த காலத்தின் பிற்பகுதியில்
லேசாகக் கசியும் ஆழ்ந்த சுடரென
என் கண்களில் நுழைகிறது உனதுயிர்
அந்த நாளை எப்படி மறக்க இயலும்
அன்றுதான்
கருத்திருந்த எனது வானம்
மழையாகப் பொழிந்தது பெருங்காதலை
மரத்தினடியில் உன்னை நிற்க வைத்து
கிளையசைத்துப் பூ உதிர்த்து
அன்பின் சிறுதுளி காட்டுகிறேன்
உன் தலைமேல் கொட்டிக் கிடக்கும்
மஞ்சள் நிறப் பூக்களைத்
தட்டிவிடாமல் வைத்திருக்கிறாய் இன்னும்
மழைப் பொழுதுகளில் குளிர்ந்து
தொடாமல் தீ மூட்டிக் கொள்கிறோம்
இரவு வேளைகளில்
நினைவுப்பறவை கொண்டு சேர்க்கிறது
நம் முத்தத்தின் ஈரங்களை
அது தரும் நம்பிக்கையோடும் பிரியத்தோடும்
ஒழுங்கற்ற எனது தெருவின்
மருண்ட குழந்தைகளுக்கு
கற்பிக்கிறேன் எழுத்துகளை வாழ்க்கையை
பிஞ்சு விரல்களின் கைப்பிடித்து
சித்திரங்களை வரைவிக்கிறாய் நீ
அவர்கள் கண்களில்
விமானத்தை அருகிருந்து பார்க்கும் பரவசம்
ஆயினும்
சாணை பிடிக்கப்பட்ட சாதியின் கூர்வாளால்
வெட்டுப்படாத உனதுயிர் வேண்டியே
கைவிடுகின்றேன் நம்முடைய காதலை.

ஆன்மாவும் சரீரமும் வெவ்வேறானவை

முட்டையிடாத பறவையின்
கொஞ்சலையொத்த ஆதிமொழி
காவலென உலவும் வாழ்வின் வயலில்
சரீரத்தை நடவு செய்கிறேன்
வெந்த பின்னும் முளைவிடும் கரும்பென
கணுக்களில் முளைத்தெழுகின்றன
சரீரத்தின் துண்டுகள்
உடலின் கூடையிலிருந்து
ஆன்மாவின் விதைகளை அள்ளி
அந்தரத்தில் வீசுகிறேன்
எரிநட்சத்திரத்தின் கண்ணுறாச் சாம்பலாய்
அவற்றின் விதைகள்
தம்மை ஒளித்துக் கொள்கின்றன
பருவமடைந்ததை உணராத
பெண்ணின் குறுகுறுப்பைப் போல
வளரும் சரீரத்தின் பயிர்களைத்
தழுவிக் கொள்கிறேன்
முத்தமிடுகிறேன்
அன்பின் உரமிட்டு
காதலின் நீர்கொண்டும் பாய்ச்சுகிறேன்
ஆங்காங்கே ஒளிந்திருக்கும்
அதன் களைகளைப்
பிடுங்காமல் தவிர்க்கிறேன்
அண்ணாந்து பார்க்கையில்
மூச்சடக்கி நிற்கிறது ஆன்மா
எந்த மஞ்சள்கருவைத் தருவேன் அதற்கு
அறுவடைக் காலம் நெருங்குகிறது
இதயத்தின் அரிவாளால் அரிந்தெடுத்து
வரப்பின்மீது வரிசையாகக் கிடத்துகிறேன்.
ஒரு தேர்ந்த கள்வனைப் போல
சரீரங்களைக் கடத்திச் செல்கிறது ஆன்மா.

அப்பாக்களைக் கொன்று விடலாம்

அது மஞ்சள் நிறத் தும்பிகள்
பறந்து திரிந்த காலம்
அப்போதிலிருந்து
செப்பனிடப்படாத வயல்வெளிக்கு
அம்மாவுடன் செல்ல ஆரம்பித்தேன்
உலர்ந்த விதையைப் போல
வறண்டிருக்கும் தன்தேகத்தைப் பற்றி
அவள் கவலைப்படுவதில்லை
முழங்காலளவு வளர்ந்திருக்கும்
துயரின் கற்களை
வேரோடுப் பிடுங்கி வீசும் அவளின்
வெப்பமுற்ற தலைக்கு மேலே
வானம் நிர்மலமாய் இருந்தது
அதற்குள் நான் ஒரு தும்பியைப்
பிடித்துவிட்டிருந்தேன்
அவள் தொடர்ந்து தன் கைகளைக்
கருவியாக்கிக் கொண்டிருந்தாள்
முன்னெப்போதும் நான் கண்டதேயில்லை
எங்கள் நிலத்தின்மேல்
உன்னதமான ஒரு மழைப்பொழிவையும்
கை கொள்ளாத ஓர் அறுவடையையும்
வெயில் கொஞ்சம் கொஞ்சமாக
இருளோடு தன்னை
அலங்கரித்துக் கொள்ளும் பொழுதுவரை
அழுத்தும் நுகத்தடி பற்றியும்
பறிக்கப்பட்ட ஆதிநிலம் பற்றியும்
சொல்லிக் கொண்டிருந்தாள்
மறைப்புக் கட்டப்பட்ட
ஒரு நதியென ஓடிக் கொண்டிருக்கும்
அவள் காதில் மெல்ல கிசுகிசுக்கிறேன்
அப்பாக்களைக் கொன்று விடலாம்.

பரிதி நிறம் மாறப் போவதில்லை

கனிந்த இரும்பெனத் தகிக்கும் சூரியன்
கடலில் மெல்ல மூழ்குகிறது
இருள் கூடக்கூட
விடிந்து கொண்டிருக்கிறது எனக்கு
இந்தக் கணத்திற்காகவே காத்திருந்து
ஆடைகளைத் திருத்திக் கொள்கிறேன்
ஒரு போருக்குச் செல்வதைப் போலத்தான்
என் கண்கள் கூர்மையடைகின்றன
மூளை கைகளுக்குள் இறங்கி வருகிறது
எதிர்கொண்டு ஓடிவரும்
எதிரிகள் யாருமில்லை
ஆயினும்
வியூகங்களை வகுத்துக் கொள்கிறேன்
எங்கிருந்து தொடங்குவது
எப்படி வெளியேறுவது
ஒரு குவளை
நீர் அருந்தலாம் போலிருக்கிறது
முன்தினம் பழுது நீக்கப்பட்ட கருவிகளை
ஏந்திக் கொண்டு புறப்படுகிறேன்
எங்கும் அமைதி
பூக்கள் மலரும் மெல்லிய ஒசையைத் தவிர
எங்கும் இருட்டு
ஆவி விளக்குகளின் செயற்கை ஒளி தவிர
திரும்பிப் போகவே முடியாத
மகுடஞ் சூட்டப்பட்ட பிரதேசம் இது
என் குழந்தைகளின் முகங்கள்
நினைவுக்கு வந்து போகின்றன
கதவுகளை இறுகச் சாத்திய
பெருநகரத்தின் வீதிகளில்
குவிந்து கிடக்கும் குப்பைகளைக் கூட்டுகிறேன்
இனி ஒருபோதும்
பரிதி நிறம் மாறப் போவதில்லை.

சுகிர்தராணி கவிதைகள் (1996–2016)

குவளை நிறைய முத்தம்

குளிர் தேங்கிக் கிடக்கும் மலைச்சரிவில்
பூத்திருக்கும் உறைமலர்கள்
ஓயாமல் பேசுகின்றன
வார்த்தைகளற்றுப்போன நம் காதலைப்பற்றி
இதுவரை பிறந்திராத புதுமொழியொன்று
மழைக்கால மின்னலைப் போல
நம் கண்களில் இறங்குகிறது
தடைபட்ட ஊற்றைப் போல
உனதன்பு வெளிப்படும் போதெல்லாம்
சிவப்பு படர்ந்த வெட்கத்தின் மலர்
என்னுள் அரும்புகின்றது
நீயோ
தனதிரு கைநீட்டும் அன்பின் பேருரு
எப்படி என்னுள்ளிருந்து உன்னைப் பெயர்ப்பது
காலங்களைக் கையால் தொட முடிந்தால்
எவ்வளவு பேரின்பம்
பிரிவின் இந்தக் கணத்தை
உறையச் செய்திடுவேன்
நம் கண்கள் காதலில் குளித்த நொடியை
சட்டமிடப்பட்ட படமாய்ப் பார்க்கின்றேன்
இதோ பயணிக்கும்போதே
என் உயிர்பிரிந்து என்னுடனே வருவதை
நானே பார்த்துக் கொண்டிருக்கிறேன்
எனக்கான வீடு மலை காடு ஆறு சமவெளி
எல்லாமே உன் வடிவிலிருக்கின்றன
இறுதியாக
உன் உதடுகளில் விட்டுச் செல்கிறேன்
சுடப்படாத குவளை நிறைய முத்தம்.

முதுகின் மேலொரு சேரி

கிழக்கிலிருந்து சூரியன் உதிப்பதைப் போலவே
நானும் படுக்கையிலிருந்து எழுகிறேன்
கைநீட்டும் தூரத்தில் தேநீர்க் கோப்பை
பச்சை வாசனையுடன் ஆவியைக் கிளப்புகிறது
எடுத்து அருந்துகிறேன்
எப்போதும் ஈரத்தில் நிற்கும்
செடிகளை வருடி காற்றைத் தருவிக்கிறேன்
பூக்களைச் சொரிகின்றன எனக்கு
வேலைப்பாடுடைய விதானத்திலிருந்து
கொட்டும் நீரில் நிதானமாய்க் குளிக்கிறேன்
உடல் பரிசுத்தமாகிறது
நான்கு மூலைகளும் இழுத்துக் கட்டப்பட்ட
கண்ணாடி முன் அமர்ந்து
ஒப்பனை செய்து கொள்கிறேன்
ஒழுங்கிலிருந்து பிரிந்த மயிர்கள்
இடவலமாய் அலைகின்றன
மரத்தின் தசையைப்
பரப்பிச் செய்த மேசையில்
உணவருந்துகிறேன் கசப்பும் இனிப்புமாய்
உதடு துடைத்து நறுமணம் பூசி
முழு உருவத்தைப் பார்க்கிறேன்
பரிபூரண திருப்தி
குளிரூட்டப்பட்ட அறையில்
பதுக்கப்பட்ட இசை நிரம்பி வழிகிறது
பிறகு
கைப்பின்னலிட்ட காலணி அணிந்து
வெளிக் கிளம்புகிறேன்
வார் கட்டப்பட்ட ஒரு நாயென
முதுகில் ஏறிக் கொள்கிறது என் சேரி.

அகாலத்தில் ஆரம்பிக்கும் தேடல்

மினுமினுக்கும் நட்சத்திரங்கள் அற்றவை
என் இராப்பொழுதுகள்
காற்றில் மிதந்து செல்கின்ற சருகு
விட்டுச் செல்லும் தன்னிடத்தைப் போல
வெகு நிர்மலமானவை என் கனவுகள்
ஒன்றையொன்று அறிந்திராத
இவற்றின் சஞ்சலம்
கசந்த பழச்சாற்றின் சுவையெனத் திகட்டுகிறது
வருகிறாய்
உன் வருகையை நானறியேன்
உனக்கென வாசனை எதுவுமில்லை
அதுவே உன்னிருப்பை உணர்த்துகிறது
உன் சாயல் யாராகவும் இல்லை
அதுவே உன்னை அடையாளப்படுத்துகிறது
அடிவானத்தைக் கை காட்டும்
நட்சத்திரங்களுக்கு மத்தியில்
நீ நட்சத்திரமல்ல
ஆயினும் உன் கூர்மை
என் தலைக்கு மேலே இறங்குகிறது
நீ நிலவல்ல
ஆயினும் உன் குளிர்மை
வெம்மையான என் பக்கங்களில்
மையென நிரம்புகிறது
கரம் பற்றுகிறாய்
என் இராப்பொழுதுகளும் கனவுகளும்
பின்னிப் பிணைந்து புணர்ந்தடங்கும்
அகாலத்தில் ஆரம்பிக்கிறது நம்தேடல்.

இப்படிக்கு ஏவாள்

புசிக்கக் கூடாத கனி மரத்தில்
ஒற்றைக் கையால் ஊஞ்சலாடும்
சாகசக்காரன் நீ
கிழக்காக நதிகள் பாயும் பிரதேசத்தில்
செழிப்பாக இருப்பதாய் அறிகின்றேன்
பாம்பின் பிளவுண்ட நாவைப்போல
உன் ஆண்மை பெருகும்போதெல்லாம்
பெருமகிழ்ச்சி அடைகின்றாய்
உன் சுனைகள் ஒருபோதும் வற்றாதவை
திருப்தியுறாத ஆட்கொல்லி விலங்கின்
துடைக்கப்படாத உதடுகளையுடையவன் நீ
குட்டியை ஈன முடியாமல்
மரித்துப் போன ஓர் ஓட்டகத்தின்
தோலாலான உன் கூடாரம்
இன்னொரு வானமாய் மிளிர்கின்றது
அவ்விடத்தில்
தீயின் முதற்புகையைப் போல
ஆடிக்களித்த நம் தேடல்
அன்று பரிசுத்தமாயிருந்தது
காலத்தின் விசிறி சுழலச் சுழல
இன்று காணக் கிடைக்கின்றன
வெளியெங்கும் என் உடல்கள்
உள்ளாடைகள் கிழிக்கப்பட்டும்
கைவிடப்பட்ட கிணற்றில் மிதந்தும்
ஒருமுழுக் கயிற்றில் அசைந்தாடியும்
திராவக வீச்சில் கருகியும்
தொடையிடுக்கில் இரும்புக்கம்பி செருகப்பட்டும்
நாள்தோறும் கூட்டுகிறாய் வாதையை
மூச்சு முட்டுகிறது ஆதாம்
இருபுறமும் கூராக்கப்பட்ட வாளைப்
பரிசாகத் தருகிறேன்
வெட்டி எறிந்துவிடு உன் விரைகளை.

உபரிச் சொற்கள்

காடுமலையென அலைந்து திரியும்
காற்றின் மெல்லிய நூல் பிடித்து
கண்டடைந்தாயிற்று அதை
உடலெங்கும் மயிர்கள் முளைத்த
புருவம் நீண்டிருக்கும் மனிதனொருவனும்
முலைகள் தாழத் தொங்குகின்ற
முதியவளும்
கிழக்கு நோக்கி கை காட்டுகிறார்கள்
வசீகரத்தின் வாள்கொண்டு
முகத்தில் மோதிக் கிழக்கும்
துன்பத்தின் சாயலெல்லாம்
வெட்டுண்டு போகிறது ஒரு நொடியில்
இரு கருக்களைக் கொண்ட
பெண்ணின் மேடிட்ட வயிறென
அசைவாடுகிறது அந்தக் குளம்
சொற்களின் குளம்
பகல்முழுதும் உழைத்துக் களைத்தவளின்
இராக்கால உலையென அது கொதிக்கிறது
தகிக்கும் அதன் கரையிலமர்ந்து பார்க்கையில்
துள்ளுகின்றன ஓராயிரம் சொற்கள்
கைவிடப்பட்ட முதியவளின் சொற்கள்
இறந்து பிறந்த மழலையின் சொற்கள்
பிஞ்சுப் பெண்ணொருத்தியின்
இரத்தம் தோய்ந்து கிழிந்த சொற்கள்
தூக்கிலிடப்பட்டவளின் பற்கடிப்புக்கிடையே
துப்பப்பட்ட கடைசியொலிச் சொற்கள்
துக்கித்து அள்ளிப் பருகுகையில்
கையிடை வழிந்தோடுகிறது சொற்களின் நீர்
திரும்பும் என் உள்ளங்கையில்
கொஞ்சம் ஒட்டியிருக்கின்றன
என் உயிரைப் பருகியவளின்
உபரிச் சொற்கள்.

புணர்தல் நிமித்தம்

நீயும் நானும்
ஆடை களைந்து
கூடிக் கிடப்பதை
யாரறிவார்
அதனால்தான்
புணர்வுக்குப்
பாம்புகள்
உவமையாகிக்
கிடக்கின்றன
இன்னும்.

கொலை பார்க்கும் நிலம்

காதலின் பருவகாலம்
மலையுச்சியில் சுழலும் ஊதக்காற்றாய்
உடலிலிருந்து ஆடையை உரித்துப்போடும்
அந்திமப் பொழுதில்
அவர்கள் சந்தித்துக் கொண்டனர்
கனிந்த பழமும் கிளியின் கொத்தலுமாய்க்
கழிந்தன அவர்களின் நாட்கள்
விதையென உள்ளிருந்த
கர்ப்பத்தின் பூக்கள் யாருடையவை
எந்த மூதாதையருடையவை
சாட்டை சொடுக்கி ஆண்டவர்களுடையதா
சாணிப்பால் குடித்தவர்களுடையதா
எவை பற்றியும் கவலையற்று
வாழ்வின் வெளியெங்கும் பறந்து திரிந்த
அவர்கள் கண்டதெல்லாம் அன்பு
அன்பு மட்டுமே
வெயில் சற்று கூடியிருந்த பொழுதில்
கொடூரத்தின் சாலையைக் கடக்க
காம்பும் பழமுமாய்க் காத்திருந்த
அவர்கள் மேல் இடியென இறங்குகின்றது
சாதியில் வார்த்தெடுத்த அரிவாள்
அவள் அவனுக்கிந்த புறங்கழுத்து முத்தங்கள்
இரத்த ஆறென என்மீது பரவுகிறது
மரணித்த அவன் கண்கள் அவளை நோக்கியே
எனக்கு நானே சாபமிட்டுக் கொள்கிறேன்
சாதியின் புல் பூண்டு மரம் மயிரென
எவையும் முளைக்காத
மலட்டு நிலமாகட்டும் நான்.

கண்களால் சமாதானம் செய்

வெகு நாட்களாய்ச்
சட்டை உரிக்கப்படாத பாம்பின் தோலென
இருக்கிறது நமக்கிடையேயான அன்பு
ஓடுடைய பழங்களை
அடித்துக் கொண்டுவரும் நதியின் ஓரத்தில்
வறண்டுபோய் நிற்கிறேன்
உன் மெல்லிய விலகல்கூட
பெரும்பாறையாய் அழுத்துகிறது
தூர தேசத்திற்குப் பயணப்பட்ட
காதலனின் வருகைக்குக் காத்திருக்கும்
ஒரு கற்பாலிகையாகி விடுவேனோ
என அச்சமாக இருக்கிறது
உன் பிரியத்தின் கூர்வாளை
எங்கே ஒளித்து வைத்திருக்கிறாய்
நீர்ச் செல்லும் வழித்தடங்களை
என்னுள்ளே கீறி
சமவெளியைச் செழிப்படைய வைப்பாயா
தேனடையிலிருந்து வழியும் சொற்களை
என் பாத்திரத்தில் நிரப்புவாயா
ஒரு சாகஸக்காரியின் உச்சரிப்பைப்போல
உன் கோபங்கள் போலியானவை
எவ்வளவு நாட்கள் எத்தனை நொடிகள்
உன் முதுகின் ரேகைகளை
வாசித்துக் கொண்டிருப்பது
திரும்பு இம்முறையேனும்
வற்றாத செவ்வரியாய் நீ பாய்கின்ற
என் கண்களைக் கொண்டே
என்னை விழுங்காமல் காத்திருக்கும்
உன் கண்களைச் சமாதானம் செய்கிறேன்
நிறைகின்றன என் நீர்க்கால்வாய்கள்
சூரியன் தன் மறுபுறத்தைக் காட்டும் இரவில்.

சுகிர்தராணி கவிதைகள் (1996–2016)

அறிவுகெட்ட ஆதாம்

கடவுளென அழைக்கப்பட்டவனின்
தோட்டத்திற்குச் சென்றிருந்தேன்
அலங்கரிக்கப்பட்ட மணவாட்டிகள் விரும்பும்
ஒரு காதலனைப் போலிருந்தவன்
வந்திருந்தவர்களை அமர வைத்து
சொஸ்தமாக்கிக் கொண்டிருந்தான்
தேன் நிரம்பிய குப்பி ஒன்றை
அவனுக்குக் கொடுக்க வைத்திருந்தேன்
அவன் கண்கள் என்னை நோக்கியபோது
கனத்த மழையில் நனைந்த குருவியின்
இழந்துபோன கதகதப்பை உணர்ந்தேன்
என் நேசிப்புக்குரியவன் அவன்
ஆசிர்வதிக்க இருகை உயர்த்துதலை
நான் விரும்பவில்லை
ஒரு தொடுதலும் ஒரு அணைப்பும்
வேண்டி நிற்பதை
அவன் அறிந்தாற்போல சிரித்தான்
மூச்சுகளைப் பரிமாறிக் கொள்ளும்
நெருக்கத்தில் வந்து
நடுக்கமுறும் என்னிதயத்தை அணைக்கிறான்
கண்களை மூடி அவ்வன்பை வாங்குகிறேன்
விழித்துப் பார்க்கையில்
கைகால்கள் கட்டப்பட்டிருக்கும் என்மீது
பரவியிருக்கிறான்
பாழாய்ப்போன ஆதாம்.

காலராட்டினத்தில் வந்திறங்கியவள்

அன்று வாரத்தின் இறுதிநாள்
பறவைகள் பறந்தபடி இருந்தன
வானத்தின் நீலம் கொஞ்சம்
குறைவுபட்டாற்போல் தெரிந்தது
எங்கேயோ
பழுத்துதிர்ந்த கனியின் வாசத்தை
தூக்கி அலைந்தபடி
என்னைப் பின்புறம் தழுவியது காற்று
அந்தக் கணத்தில்
சுருட்டி வைக்கப்பட்ட சித்திரமொன்று
தன்னை விரித்துக் கொண்டது
அதன் ஓரத்தில்
உளியால் செதுக்கப்படாத
கல்லிருக்கையில் அமர்ந்திருக்கிறாய்
காலராட்டினத்தில் வந்திறங்கியள்போல்
அசையும் உன் ஒற்றைமுடி
சித்திரத்திலிருந்து நீண்டு
என்னைத் தீண்டுகிறது
உன் கண்களிலிருந்து வழியும் ஒளி
சாயமற்ற உன் உதடுகளை
அடையாளம் காட்டுகிறது
நீ புன்னகைக்கிறாய்
தரைபதியா உன் கால்களுக்குக் கீழே
சிறிது புற்களைத் தீட்டுகிறேன்
நீ இமைமூடித் திறக்கிறாய்
கருந்திராட்சைக் கண்களை
புறா கொத்திப் போகிறது
குனிந்து உன்னை முத்தமிடுகையில்
என்னைச் சித்திரமெனச் சுருட்டிக் கொள்கிறேன்
தேவதையாகிக் கடந்து போகிறாய் நீ.

உடல் மீதூறும் பூச்சி

மலர்களிலிருந்து பிஞ்சுகள் அரும்பும்
முற்றியிராத பருவமொன்றில்
அவனைக் கண்டறிந்தேன்
தனிமையின் சேற்றினைக் கழுவி
கனிந்துதிர்ந்த பழங்களும்
பூத்துதிராப் பூக்களும்
அடர்ந்திருக்கும் சோலைக்குள்
கூட்டிச் செல்கிறான்
வேர்களின் அடியில் புதைந்திருக்கும்
வரலாறுகளை நிமிண்டி
பெண்களைப் பாடுகிறான்
மூளை மயங்கிச் சரியும்
ஓர் இசைச் சாகரத்தையும் நிகழ்த்துகிறான்
உள்ளுக்குள் நடுக்கமெடுக்கிறது
சிறுகுன்றெனச் சரிந்திருக்கும்
வீட்டின் பின்புறம்
குதிரைகள் கனைத்தடங்குகின்றன
வெளிச்சம் வெகுவாகக் குறைந்த அறையில்
புகைமூட்டத்தின் பின்னிருந்து ஒலிக்கும்
மந்திரச் சொற்கள் போல்
பாடித்திரிந்த ஆதிக்கதைகள்
சுழன்றாடுகின்றன
அவன் சுண்டுவிரலில்
என்னுயிரை முடிச்சிட்டவாறு
உறங்கியும் போகிறான்
பின்னிரவில்
அவன் உடல்மீதே
ஊர்ந்து கொண்டிருக்கிறதென் பூச்சி.

ஐம்பொறி அற்றவன்

வெண்ணிற காகித மலர்கள்
கொட்டிக் கிடக்கும் முற்றத்தில்
நினைவற்று உறங்குபவனை
வெளிச்சத்தின் நீர் தெளித்து
எழுப்புகிறது அன்றைய விடியல்
விழித்து அமர்பவனுக்கு
ஐம்பொறி பற்றிய பிரக்ஞை எதுவுமில்லை
தேநீர்க் குவளையில் மொய்த்துக் கிடக்கும்
ஈக்களைப் புறங்கையால் விரட்டிவிட்டு
அருந்துகிறான் வலிகளையும்
கதகதப்பின் சுவை
நெஞ்சுக்குள் இறங்குகிறது
அருவெருப்பின் குளிர் அவனைத் தழுவ
மெல்ல நடக்கிறான் அவ்விடம் நோக்கி
அவனது தாழ்ந்த கைகளுக்குள்
உயர்ந்து நிற்கிறது
தேவ குமாரனின் வளைதடி
நடமாட்டமிக்கச் சாலையோரம்
துருப்பிடித்த மூடியைத் திறக்கின்றான்
தளும்பும் தண்ணீரில்
மஞ்சளாய்த் தெரிகிறது
ஆடையற்ற அவன் தேகம்
ஈரத்தில் நைந்த கால்களால் உள்ளிறங்கி
கண்களும் மூழ்க மூழ்குகிறான்
அடைத்திருக்கும் கழிவுகளை அள்ளி
தலைக்குமேல் வீசிவிட்டு
நறுமணம் கமழக் கடந்து போகிறான்
மல உருண்டையெனச் சுழல்கிறது பூமி.

ரொட்டித்துண்டும் பிசையப்பட்ட கனியும்

விருட்சங்களின் அடர்ந்த நிழலுக்குள்
ஒளிந்திருக்கிறது அந்த உணவுவிடுதி
சருகுகளைக் கிழிக்காமல் உள்நுழைகிறேன்
எல்லா அறைகளிலும்
வெட்கத்தோடு வீற்றிருக்கிறது வெளிச்சம்
எண் பொறிக்கப்பட்ட மேசையொன்று காலிலிடற
அமர்கின்றேன் அதனிருக்கையில்
அம்மேசை அதன் கால்களற்று
அந்தரவெளியில் அசைவாடிக் கொண்டிருக்கிறது
பற்றி இழுத்தும்
கைகளில் அகப்படாத அதன் அழகு
என்னை உள்ளீடற்றவளாகச் செய்கிறது
உணவும் உணவின் விலை குறித்தும்
சிந்தனை ஏதுமில்லை
காத்திருக்க ஆரம்பித்த விநாடிகளில்
பரிமாறப்படுகின்றன
ஒரு ரொட்டித்துண்டும் பிசையப்பட்ட கனியும்
ரொட்டியை விண்டு கனியில் தோய்க்கிறேன்
எதிர்த்திசையில் அலங்கரிக்கப்பட்ட
கண்ணாடித் துண்டங்களில்
பலவாய்த் தெரிகிறதென் முகம்
மெல்ல வாய்க்குள் திணிக்கிறேன்
ரொட்டித் துண்டு கரையக் கரைய
கண்ணாடிச் சில்லுகள் உடைபடுகின்றன
வாய்நிறைய காதல் கசியக் கசிய
வேறோருலகம் பயணிக்கிறேன்
பின்புறம் கையேந்தி நிற்கிறான்
உணவைப் பரிமாறியவன்.

முத்தத்தால் சாய்த்தல்

கிளை பரப்பிப்
பூத்துக் குலுங்கும்
ஒரு மரமாகவே நில்
முத்தத்தின்
ரம்பம் கொண்டு
வேரோடு சாய்க்கிறேன்
உன்னை.

நான் அப்பாவின் மகள்

குளிரெடுக்கும் அதிகாலைப் பொழுதொன்றில்
பிளந்தெடுத்த செம்மரத் துண்டென
நான் பிறந்து வீழ்கிறேன்
கைகளில் ஏந்திக் கொள்கிறான் அவன்
நெகிழ்வாய் என்னைச் சுற்றியிருக்கும்
நஞ்சுக்கொடிக் கழிவுகளை
முளைக்கவியலா ஆழத்தில்
ஆழப் புதைக்கிறான்
சிறு புன்னகையோடு
திடுமென நிகழ்ந்துவிடும் ஒரு முத்தத்தில்
உள்ளொடுங்கித் துளியிலே கிடக்கையில்
பூவின் சூல்கொண்டு
வேடிக்கைக் காட்டுகிறான்
மரப்பாச்சி பொம்மைகளின்றி
பார்த்துக் கொள்கிறான் என் பருவத்தை
கற்களின் இடுக்கில் புற்கள் முளைத்திருக்கும்
பாசி படர்ந்த கிணற்றில்
நீச்சல் பழக்குகிறான்
நின்றிருக்கும்
அவன் தோள் மீதேறிக் குதிக்கிறேன்
வேட்டையாடும்
விலங்கொன்றின் வேட்கையோடு
கிளையற்ற மரமேறவும் கற்பிக்கிறான்
பெரும்பாறையாய் நெடிந்துயர்ந்த மலைமீது
பிடிமானம் எதுவுமற்று ஏறச் செய்கிறான்
முடிவில் போதிக்கிறான்
எதிர்ப்பின் வாள்கொண்டு
எதிரியின் குருதி சுவைக்கவும்
அவன் என் தந்தை
அவன் என் கதாநாயகன்
நான் அப்பாவின் மகள்.

என் கவிதை

உயிர்ச்சுனையில் தவறி விழுந்து
பாறையிடுக்கில் செருகிக் கொண்ட
மீன் கொந்திய உடல்

பசியுற்ற புலியின்
வெறிகொண்ட வேட்டையென
நுகரப்படும் பெருங்காமம்

பிறப்புறுப்பு தைக்கப்பட்ட
பழங்குடிப் பெண்ணொருத்தியின்
இரத்தமாய் வெளியேறும் சிறுநீர்

ஓடும் பேருந்தில்
வல்லுறவு செய்யப்பட்டவளின்
வாதை நிரம்பிய கடைசி மூச்சு

மரமற்ற உச்சி வெயிலில்
கல் உடைக்கும் சிறுமியின்
ஒற்றை வியர்வை

தூக்கிலிடப்பட்டவர்களின்
பற்களுக்கிடையே சிக்கிக் கொண்ட
ஓரங்குல நாக்கு

மனநிலை பிறழ்ந்தவர்கள்
அள்ளிப் பருகும்
உள்ளங்கை சாக்கடை நீர்

திண்ணியங்களில்
என் வாயில் திணிக்கப்பட்ட
மலத்தின் ஒரு கவளம்.

கனி கொடாத மரம்

இல்லை நீ நினைக்கிறாற் போலில்லை
நன்கு முற்றிய விருட்சங்கள்
விதைகளுக்கென அரும்புவதைப் போல
எளிமையானவை அல்ல என் நோக்கங்கள்
இதயத்திலிருந்து மூளைக்கும்
மூளையிலிருந்து இதயத்திற்கும்
இரத்தம் சுழல்வதில் என்ன இருக்கிறது
கூடலின் கடினமான தருணத்தைப்போல்
விரிந்த கண்களை இருட்டுக்குப்
பழக்கப்படுத்துவதில்லை ஒருபோதும்
உருகிய மெழுகின் வெப்பம் கொண்டு
இரும்பின் வேரறுத்தல் எங்ஙனம்
இல்லை
துளி எச்சிலோடு பரிமாறப்படும் முத்தம்
வடக்கில் உதிக்காத சூரியனுக்குத்
தீர்வாகாது என்பதை நானறிவேன்
உன் அந்திம அணைத்தலைப் போல
தட்டையானதன்று என் உலகம்
சின்னஞ்சிறு சிட்டுக்குருவியின் மனதென
அத்தனை விசாலமானது அது
ஆதி மனுஷிக்கு முந்தைய
காதலைக் கொண்டது அவ்விடம்
இளைப்பாறலுக்கு அங்கு இடமில்லை
கடந்தவர்களின்
கடப்பவர்களின் தேசம்
இல்லை நீ நினைக்கிறாற் போலில்லை
அங்குதான் நான் வாழ்கிறேன்
பூவும் பிஞ்சும் உதிர உதிர
எழுகின்ற வனத்தில்
கனி கொடாத முதல் மரமாய்.

கழிபெரும் காமம்

அவன்
துளிர்க்கும் கொடியைப்போல
என்மீது படர்ந்திருக்கிறான்
மது வார்க்கப்பட்ட ஒரு குவளையென
போதையின் வசீகரத்தில்
தத்தளிக்கிறது என்னுடல்
நீண்ட நேரம்
மதுவற்ற மதுவில் திளைத்திருந்தோம்
பறவைகள்
என் மறைவிலிருந்து பறக்கின்றன
அவற்றின் காமமேறிய முட்டைகள்
என் மஞ்சள்நிற தோலின் மேற்புறம்
கதகதப்பாய் மிதக்கின்றன
அவன் ஒவ்வொரு முட்டையாய்
உடைக்க உடைக்க
என்னுடல்
தெறிக்கத் தெறிக்கச் சிதறுகிறது
பிறகு
உடையாத மதுக்குவளையொன்று
என் மேசைமீது வீற்றிருக்கிறது
கழிபெரும் காமத்தோடு.

இரக்கமற்ற பெருங்கருணையின் சட்டம்

கசப்பு மருந்து குடித்த
குமட்டல்காரர்களைப் போல
அந்த மைதானம் முழுவதும்
நிரம்பியிருக்கிறீர்கள்

உங்கள் வாய்கள்
பற்கடிப்பான சொற்களையும்
அச்சடிக்கப்பட்ட புனிதநூலையும்
மிதமான வேகத்தில் மெல்லுகின்றன

உங்கள் கண்கள்
அந்தியின் ஆற்றில் குளித்துக் கரையேறும்
சூரியனின் மறைவையும்
முழுவதும் கருப்பாகிப் போன
நாளின் நிலவையும்
காண்பதான பாவனையில் திளைக்கின்றன

உளுத்துப்போன மரக் கட்டைகளென
நின்று கொண்டிருக்கும்
உங்கள் இதயங்களில் இரத்தம்
ஒரு துளியேனும் சுத்திகரிக்கப்படவில்லை

நீங்கள் ஒரு கொடுங்கனவை
விழித்த பகலில் நிகழ்த்துகிறீர்கள்

என் இறுதிமூச்சின் ஒலிவடிவம்
இனி உங்கள்
செவிகளுக்கு எட்டப் போவதில்லை

மண்டியிட்டு அமர்ந்திருக்கும் என் கழுத்தில்
இறங்குகிறது உங்கள் புராதனக் கத்தி

துண்டிக்கப்பட்டு உருண்டோடுகிறது
உங்கள்
இரக்கமற்ற பெருங்கருணையின் சட்டம்.

வீட்டுப் பணிப்பெண்ணாகப் பணியாற்றியபோது சௌதி அரேபிய அரசால் தலை துண்டிக்கப்பட்ட இலங்கையைச் சேர்ந்த ரிசானா நஃபீக் நினைவாக.

இப்படியே இருக்கட்டும் இந்த இரவு

அமைதியின் இசை ஏடெனெப் படிந்திருக்கும்
ஒரு பள்ளத்தாக்கினைப் போல
அதன் பச்சையத்தைப் போல
அதன் அறுத்தெடுத்து ஓடும் நதியைப் போல
அதன் ஆழத்தைப் போல
இப்படியே இருக்கட்டும் இந்த இரவு
கெட்டிப்பட்ட நீருக்குள்
உறைந்திருக்கும் சிறு பூச்சியாய்
இதயம் துடித்துக் கொண்டிருக்கிறது
இந்த இரவின் சூடு
கண்ணீரை ஆவியாக்குமாவெனத் தெரியவில்லை
பறவைகள் தம் கூட்டுக்குள்
புரண்டு படுக்கும் ஓசை
கேட்டுக்கொண்டே இருக்கும் இத்தருணத்தில்
உன்னை நினைப்பது மட்டுமே இயலும்
உன்னையே நினைத்துக் கொள்கிறேன்
துயரின் விளக்கு கொஞ்சம் கொஞ்சமாக
அணையத் தொடங்குகிறது உன் வெளிச்சத்தில்
அன்புக்காகவும்
ஒரு துண்டு முத்தத்திற்காகவும்
நூற்றாண்டுகாலம் காத்திருப்பது மிகையானது
ஆயினும் காத்திருத்தலின் அச்சில்
சுழன்று கொண்டேயிருக்கிறது நெஞ்சம்
அதன் நியாயங்கள்
தராசுத் தட்டில் இறங்கியே நிற்கின்றன
இப்போதைக்கு
அன்பின் துணிகொண்டு என்னை மூடு
குழந்தையை அணைப்பது போலல்லாமல்
மூர்க்கமாக அணைத்துக் கொள்
உதடுகளால் உதட்டுக்குள் முத்தமிடு
இந்த இரவு இப்படியே இருக்கட்டும்.

ஒருசோடி செருப்பு

நினைவு தெரிந்த பருவத்திலிருந்து
இங்கேதான் அமர்ந்திருக்கிறேன்
வலியின் கசப்பை மென்றபடி
நின்றிருக்கும் பெருமரத்தின் நிழலைத்தான்
கையளித்துச் சென்றிருக்கிறார் என் தந்தை
இங்கேதான்
இந்த நிழலில்தான் அமர்ந்திருக்கிறேன்
சூரியன் தரையிறங்கி வந்தாற்போல
குதூகலத்துடன்
என்னைத் தழுவிக்கொள்ளும் கோடையோ
என்மீது பூ உதிர்த்து முத்தமிடும்
கொன்றையின் வசந்த காலமோ
இங்கேயேதான் என் வாழ்வு
தடித்த மழைத் துளிகளைக் கோத்தபடி
ஊசியெனப் பாயும் கார்காலத்தில்
நனைகின்ற மரத்தின் பின்புறம்
நானும் நனைகின்றேன்
கொம்புடைய மானை விழுங்கும்
ஒரு மலைப்பாம்பைப் போல
அன்று முழுவதும்
பசி என்னை விழுங்கும்
வாழ்வின் துயரோடு சொல்கிறேன்
இந்த மரம் வெட்டுப்பட்டு போகட்டும்
என் மகளுக்கு வேண்டாம் இதன் நிழல்
விடுதலை உரிமை வர்க்கம் என
ஓங்கிய குரல்கள் என்னைக் கடந்துபோக
கடப்பவர்களின் கால்களையே
பார்த்துக் கொண்டிருக்கின்றன என் கண்கள்
குத்தூசி நூலோடு காத்திருக்கும் எனக்கு
ஒருநாள் கழிய உடனடியாகத் தேவை
அறுந்துபோன ஒருசோடி செருப்பு.

ஓராயிரம் துளைகள்

படைக்கப்படும் கணத்திற்கு
சற்று முன்புவரை
வரிசையில் நின்றிருந்து
வாங்கி வந்தேன்
நவதுளைகளும்
அடைக்கப்பட்ட
எனதுடலை
உண்ண
உறங்க
சுவாசிக்க
புணர
பெரும் துயரமாயிருக்கிறது
உயிரின் நீண்ட கழிகொண்டு
துளைகளிடுகிறேன்
உடல் முழுவதும்
ஓராயிரம் துளைகள்.

அவனை அருந்துதல்

தன் உடலோடு பொதிந்து கிடக்கும்
ஆடையை அவிழ்க்கிறான் அவன்
வளைந்திராத கழுத்து கொண்ட
கண்ணாடிக் குப்பிக்குள் தளும்புகிறது அது
தோலுரிக்கப்பட்ட மரத்தின் தண்டென
அவனிரு தோள்கள் மிளிர்கின்றன
தேர்ந்த ஓவியனின் வண்ணப் பூச்சாய்
மினுமினுக்கிறது அதன் மேற்பரப்பு
அவன் மெல்ல நெருங்குகிறான்
குப்பியிலிருந்து குவளைக்குள்
தன்னைச் சரித்துக் கொள்கிறது அது
அவனுக்குள் காதலின் கங்கு
ஒரு வெண்பூவெனப் பூத்திருக்க
உறைந்த நீரின் இரகசியத்தைத்
தன்னுள் இட்டுக் கொள்கிறது அது
சிதைந்த நீராவியின் ஓசையென
வீசுகிறது அவன் மூச்சு
நுரைத்துப் பொங்கி வழிகிறது அது
அவன் உதட்டினுள் முத்தமிடுகிறான்
குவளையினுள் மட்டம் குறைகிறது
ஸர்ப்பத்தின் எலும்புகொண்டு
அணைக்கிறான் அவன்
தொண்டைக்குள் நெளிந்து நெளிந்து
உள்ளிறங்குகிறது அது
பின் வியர்வை உதிரும் உடலின் இசையை
அவன் இசைத்துக் கொண்டிருக்கையில்
காகிதமெனப் பறக்கிறது அது
இறுதியில்
நான் அவனை அருந்தியிருந்தேன்
மது என்னை அருந்தியிருந்தது.

அம்மாவின் வானம்

அம்மா குளித்துக் கொண்டிருக்கிறாள்
பெருமழையில் நனையும்
கிளையற்ற ஒரு மரத்தைப் போல
அவள் குளிப்பதை
நான் கண்டதேயில்லை இதுவரை
நிறைமாத வயிற்றைக் கத்தியால் கீறி
சிசுவை அகழ்ந்தெடுக்கும் பரவசத்துடன்
பார்க்கிறேன்
தும்பியின் பாரம் தாளாது
வளைந்திருக்கும் கோரைப் புல்லென
அவள் முதுகு
கரடு தட்டிக் காய்த்திருக்கிறது
எவ்வளவு சுமைகளைச் சுமந்திருக்கும் அது
ஆடையில் பூப்பின்னலை அழகாகச் செய்வாள்
அதுதான் அவள் வாழ்க்கை
அதை விற்றுத்தான்
எங்களைப் பிழைப்பூட்டி இருக்கிறாள்
அப்போதிலிருந்துதான்
வளைய ஆரம்பித்திருக்கும்போல
அப்பாவுக்குக் காதலூறும் போதெல்லாம்
எவ்வளவு அழுந்தி
மூச்சு திணறியிருக்கும் அவள் முதுகு
அப்பாவின் அடிகள்
வாழ்வின் வலிகள்
புறஞ்சொற்கள் கனவுகள்
எல்லாவற்றையும்
அங்கேதான் சேமித்து வைத்திருக்கிறாள்
துடைக்கப்படாத ஈரத்துடன் இருக்குமவளை
பின்புறமாக அணைத்துக் கொள்கிறேன்
இப்போது எனது கவலையெல்லாம்
எப்பொழுதோ விழப் போகும்
என் கூன்முதுகு பற்றித்தான்.

வீடு திரும்புதல்

பித்தேறித் திரிந்து கொண்டிருக்கிறோம்
பேச்சும் எழுத்தும் ஆயுதங்களென
ஊதும் திசையில் உருளுமென்றும்
கைப்பிடிக்குள் அடங்கிவிடும் உலகம்
இதுவென்றும் நம்புகிறோம்
களிமண்ணில் பொதித்த மின்மினிப் பூச்சியாய்
கிராமங்கள் இனி மின்னும்
பள்ளங்கள் நிரப்பப்பட்ட சமூகம் சாத்தியமென
பலவாறாய் உரத்துப் பேசுகையில்
மக்கள் கூடுகிறார்கள்
தேநீர்க் கடையொன்று முளைக்கிறது
மறுநாள் சமைத்தலின் அரிசியில்
கல் பொறுக்குகிறார்கள்
குழந்தைகள் உறங்கிப்போய் விட்டன
ஆண்கள் படுத்துக் கொண்டே
உரை கேட்கிறார்கள்
மரக்கிளைகளில் அமர்ந்திருப்பவர்களுக்குக்
காக்கைகள் காணக் கிடைக்கவில்லை
விடிந்ததும்
உயர்ந்து நிற்கும் நெற்குதிர்களையும்
கழுவி விடப்பட்ட காற்றையும்
தத்தம் வீடுகளுக்குக்
கொண்டு சேர்ப்பது பற்றிய கவலை
மக்களை வாட்டுகிறது
முடி திருத்தும் நிலையம் ஒன்று
இந்த நேரத்திலும் திறந்திருக்கிறது
சிதையில் எரியும் பிணத்தின் விரைப்பென
எல்லோரும் கைதட்டுகிறார்கள்
மேடையைவிட்டு
நாமிருவரும் கீழிறங்குகிறோம்
வரிசை தப்பி மக்கள் கலைகிறார்கள்
நீ ஊருக்குள் போகிறாய்
நான் சேரிக்குச் செல்கிறேன்.

நீ நான் கவிதை

வற்றாமல் நீர் ஒழுக்கும்
ஓர் ஊற்றின்
கண்டறியா மூலம் நீ
மூச்சை உள்ளிழுத்துப் பாயும்
ஒரு நதியின்
கடல் சேரும் மெல்லிடம் நான்
நமக்கிடையே ஊடாடுகிறது
இணைதேடும் பாம்பின் அசைவென
இக்கவிதை.

ஆறு என்பது என் பெயர்

நிலவு பகல் நேரத்தில் தெரிவதில்லை
சூரியன் சிவப்பாக இருக்கிறது
என்பதைப் போலவே
நான் இங்கேயேதான் இருக்கிறேன்
எப்போது பிறந்தேன்
எப்படி வளர்ந்தேன்
பருவம் எய்திய போது
அள்ளி அணைத்து முத்தமிட்டது யார்
நானறியேன்
சரியாத பனிமலையின்
இடையறாத உருகுதலைப் போல
நான் இலையாய் ஓடுகிறேன்
அலையாய்ப் பூக்கிறேன்
நுரையாய்க் காய்க்கிறேன்
உடலெங்கும் மணலாய்க் கனிகிறேன்
இராக்காலத்தின் உனது கைக்கொடி போல
எல்லா இடங்களிலும் படர்கிறேன்
என்னை அணைக்கிறாய் தின்கிறாய்
இரண்டாகப் பிளக்கிறாய்
என்னுள் நீராடுகிறாய்
மலையிடுக்கில் நுழைந்து வெளியேறுகிறேன்
உன் விருப்பம் போல வளைக்கிறாய்
என் அடிமடியில் கைவைத்து
பழுத்திருக்கும் மணற்பழங்களை
காம்போடு பறித்தெடுத்து ஓடுகிறாய்
உடல் வறண்டு நா உலர்ந்து
இரத்தமற்ற நாளமாய் நிற்கிறேன்
நான் நீரின் கல்லறை.

அன்புக்குப் பிந்தைய அன்பு

பருவம் தப்பிய பருவமொன்றில்
சொற்களற்ற குழந்தையாய்
நீந்திக் கொண்டிருக்கிறேன் உன்முன்
என் குளம் நிரம்பி வழிகிறது
முளைத்தலுக்காக
என் மார்பின் நிலம் வெடிப்புற்றபோது
என்னைக் கடைசியாகக் குளிப்பாட்டிய
தாயைவிட சாலச் சிறந்தவள் நீ
சூரியனுக்கு அப்பாலும்
கை துழாவிப் பார்க்கிறேன்
அங்கேயும் தட்டுப்படுகிறாய்
மழை உருண்டையாய்ப்
பெய்து கொண்டிருந்த என்னை
சன்னமான தூறலாக்குகிறாய்
காட்டாறென ஓடியவளுக்கு
இரு கரைகளாகி நிற்கிறாய்
உன் அன்பு வலியது
அலைகளைச் சிதறடிக்கும்
கடற்காற்றென வீசுகிறேன்
உன் அன்பு மென்மையானது
பிறந்த குழந்தையின்
சிவந்த தசையென வாழ்கிறேன்
உன் அன்பு கொடியது
உயிரொடுங்கி உடலொடுங்கி
மோன நிலையில் நிற்கிறேன்
உன் அன்பு இனியது
உயிர் மலர்ந்து உடல் குளிர்ந்து
நிலமாகிக் களிக்கிறேன்
வாழ்தலையும் சாதலையும்
ஒருசேரக் காட்டும் உனக்கு
இக்கடைசிக் கவிதையைப் பரிசளிக்கிறேன்
இனியென் கை எழுதாமல் போகட்டும்
உனதன்பும்
அன்புக்குப் பிந்தைய அன்பும்
பரிபூரணமானது.

சுகிர்தராணி கவிதைகள் (1996–2016)

பெண்பாற் கூற்று

வெகுதூரம் ஓடிய
விலங்கொன்றின் உலர்நாவென
தரையோடு வற்றிவிட்டது உறைகிணறு
ஒற்றை உடலோடு உறங்கும் இந்த இரவு
உவப்பாக இல்லை
என் பாதிப் புன்னகைக்குப் பின்னே
சொல்லப்படாத கதையொன்று இருக்கிறது
அவனை மிகவும் விரும்புகிறேன்
சீராக நறுக்கப்படாத அவன் மீசையையும்
என் கவிதைகளைச் சிலாகிக்கிறீர்கள்
குழந்தைகள்மீது பெருவிருப்பம் எனக்கு
ஆயினும் கருத்தரிக்க இயலாது
கூந்தலை வெட்டிக் கொள்கிறேன்
உதட்டில் ஊறும் முத்தங்களை
அவ்வப்போது உமிழ்ந்து விடுகிறேன்
வேறென்ன செய்ய
இறந்து போன அப்பாவைப்
பார்க்க வேண்டும் போலிருக்கிறது
சிறுமிகளுக்கு
மாலை நேர வகுப்பெடுக்கிறேன்
கள்ளக்காதல் என்னும் சொல்லின்
பின்னுள்ள வலி புரிகிறது
இந்தக் கவிதையில்
மர்மங்கள் எவையுமில்லை
அகழ்ந்தெடுத்தல் புராதனச் சோதனை
எவையும் வேண்டாம்
வேண்டுமானால்
என்னை ஒழுக்கங்கெட்டவள்
என்று சொல்லிக் கொள்ளுங்கள்.